हग्ज फॉर डॉटर्स
या इंग्रजी पुस्तकाचा मराठी अनुवाद

माझ्या लाडक्या लेकींसाठी

खिस हॉवर्ड

बायबलमधील वचने
लीॲन वीस

अनुवाद
विदुला देशपांडे

मेहता
पब्लिशिंग
हाऊस

Please contact us at **Mehta Publishing House,** 1941Madiwale Colony, Sadashiv Peth,Pune 411030.
✆ +91 020-24476924 / 24460313
Email : info@mehtapublishginghouse.com
production@mehtapublishinhouse.com, sales@mehtapublishinghouse.com
Website : www.mehtapublishinghouse.com
◆ *या पुस्तकातील लेखकाची मते, घटना, वर्णने ही त्या लेखकाची असून त्याच्याशी प्रकाशक सहमत असतीलच असे नाही.*

HUGS FOR DAUGHTERS by CHRYS HOWARD

Copyright © 2001 by Chrys Howard
All Rights Reserved.

Published by Arrangement with the original Publisher Howard Books, a Division of Simon & Schuster, Inc.
Marathi Language Translation

Copyright © 2014 By Mehta Publishing House, Pune

Translated into Marathi Language by Vidula Deshpande

माझ्या लाडक्या लेकींसाठी / अनुवादित अनुभवकथन

बायबलमधील वचने : लीॲन वीस

अनुवाद
विदुला देशपांडे
२३४/२ विसावा अपार्टमेंट, फ्लॅट नं.४, हनुमान नगर,
पाचगाव रोड, कोल्हापूर – ४१६०१२.

मराठी अनुवादाचे व प्रकाशनाचे हक्क मेहता पब्लिशिंग हाऊस, पुणे.

प्रकाशक
सुनील अनिल मेहता, मेहता पब्लिशिंग हाऊस,
१९४१, सदाशिव पेठ, माडीवाले कॉलनी, पुणे – ४११०३०.

मुखपृष्ठ । मांडणी
फाल्गुन ग्राफिक्स

प्रकाशनकाल :
जानेवारी, २०१४

P Book ISBN 9788184985306

हे पुस्तक
मी माझ्या अनमोल कन्यांना
अर्पण करत आहे.
प्रेमळ मन आणि हळुवार हृदय घेऊन,
ऑक्टोबर २४, १९७३ रोजी जन्मलेली
कोरी,
डोळ्यांत चमक आणि
पावलांत चपळता घेऊन
मार्च १, १९७८ रोजी जन्मलेली
ॲश्ले,

ईश्वरा धन्यवाद!
अशा कन्या देऊन
माझ्यावर कृपा केल्याबद्दल,
ज्या केवळ मुली असण्यापेक्षा
अधिक कुणीतरी आहेत!
त्या माझ्या सर्वांत जवळच्या मैत्रिणी आहेत
आणि कायम राहतील.

अनुक्रमणिका

१. मुलीचा आनंद

माझ्या प्रिय मुली,

मी तुझ्याबरोबर आहे,

आणि (तुझे) रक्षण करण्यासाठी सामर्थ्यवान आहे.

माझ्या प्रेमाचा वर्षाव तुझ्यावर करताना

आणि तुझ्यासाठी आनंदाने जल्लोष करताना,

तुझ्यामुळे मला खूप आनंद मिळतो.

तुलाही माझ्यामुळे आनंद होतो,

तुझ्या हृदयात ज्याची आस असेल,

त्या गोष्टी मी तुला देईन.

मा झ्या संकल्पना अचूक आहेत,
तुझ्या हृदयाला आनंद ज्या देतील आणि
माझे आदेश तुला प्रफुल्लित करतील,
उत्तमोत्तम गोष्टींची तुझी इच्छा पूर्ण करताना तू मला पाहशील...

प्रेमपूर्वक,
तुझा आश्रयदाता परमेश्वर

(झेपानिया ३:१७, स्तोत्र संहिता ३७:४, १०३:५)

क

तिला हे चमकदार, निळे डोळे
आणि हनुवटीवरची खळी कुठून मिळाली?
केसांचा नैसर्गिक कुरळेपणा
आणि त्वचेचा नितळपणा कुठून मिळाला?

ते माझ्याकडूनच मिळाले, मी अभिमानाने सांगते.
होय, आम्ही खरंच बऱ्याच सारख्या आहोत.
काही वेळा तर मला वाटते आम्ही एकच आहोत;
आमची नावे फक्त वेगळी आहेत.

पण, एक मिनिट थांबा, कुणाचे हसू आहे ते?
आणि माझे केस सोनेरी आहेत, तपकिरी नाहीत.
आणि मला धावायला आणि मासे पकडायला
किंवा जमीन उकरून किडे काढायला
अजिबात आवडत नाही.

तिच्यातील हे गुण तिच्या वडिलांकडून आले आहेत,
माहित्येय, नाजूक मनाबरोबरच,
म्हणूनच मला वाटते, हे म्हणणे योग्य ठरेल की,
त्याचाही यात वाटा आहे.

आमच्यापैकी कुणालाच माहीत नाही की,
तिच्या नाकाचा शेंडा वर का आहे, खाली का नाही?
किंवा ती सुरेल कशी गाऊ शकते?
आणि कधी संतापलेली दिसत नाही.

मला वाटते ती अगदी 'आईसारखी' नाही –
मला माहीत आहे, हे सर्वोत्कृष्ट आहे –
कारण तीसुद्धा परमेश्वराचे मूल आहे,
आणि बाकी सगळे त्यानेच निर्मिले आहे.

बाळा,

तू खूप लाडकी आहेस! तुझ्या येण्याची चाहूल लागल्यापासून ते आजपर्यंत तुझे आई आणि वडील तुझ्या अगदी 'प्रेमात' पडले आहेत. तू मुलगी आहेस ही बातमी जेव्हा 'सोनोग्राम'च्या व्हिडिओतून किंवा तुला या जगात आणण्यासाठी मदत करणाऱ्या डॉक्टरच्या तोंडून 'ही मुलगी आहे!' बाहेर पडली. तेव्हा या शब्दांनीच गुलाबी ड्रेसेस, हेअर बोज आणि बेबी डॉल्सना आपोआपच आमंत्रण दिले गेले. बहुतेक आया मॅचिंग ड्रेसेसचा विचार करतात आणि बाबा विचार करतात हळुवार पाप्यांचा!

नवीन बाळ जन्माला येतना वेटिंगरूममध्ये त्याच्या येण्याच्या बातमीची वाट पाहत येरझाऱ्या घालणाऱ्या बाबांचे दृश्य आता जुने झाले. बाळाचा जन्म झाल्याची बातमी बाबांच्या वेटिंगरूममध्ये डॉक्टरांनी येऊन देण्याचे दिवसही आता गेले. आता अत्याधुनिक तंत्रज्ञानाने बाळाच्या (मुलगा किंवा मुलगी) आगमनाची तयारी करण्यासाठी पालकांना भरपूर वेळ मिळतो. जन्माच्या कित्येक आठवडे आधीच बाळांच्या खोल्या काळजीपूर्वक डिझाइन केल्या जातात आणि कपाटे छोट्या-छोट्या कपड्यांनी भरून गेलेली असतात. बाळ अगदी गर्भात असतानाच त्याला नावाने हाक मारण्याची रीतही आता रुजू लागली आहे. हे सगळे केवळ आपल्या बाळावरच्या प्रेमामुळेच तर घडते.

तू कदाचित ऐकले असशील, असे म्हणतात की, 'येशू आपल्यावर किती प्रेम करतो; हे त्याला विचारण्यात आले होते, तेव्हा त्याने आपले दोन्ही बाहू पसरले आणि त्याला एका क्रॉसवर खिळे ठोकण्यात आले.' दुसऱ्या शब्दांत सांगायचे, तर 'तो आपल्यावर प्रेम करतो – आणि तुझ्यावर – अधिकच करतो, कारण त्याने तुझ्यासाठी त्याचे जीवन दिले' – आणि कल्पना करू शकतेस? तुझे आई-वडीलही तुझ्यासाठी हेच करतील.

किती विलक्षण विचार आहे हा!

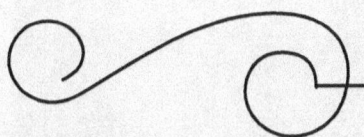

'जगातील सर्वांत उत्कृष्ट आणि सुंदर गोष्टी पाहता येत नाहीत किंवा त्यांना स्पर्शही करता येत नाही. त्या अंतःकरणापासून अनुभवायच्या असतात.'
– *हेलन केलर*

साँड्राला दुकानाच्या खिडकीत दिसणाऱ्या त्या बाहुलीचे खूप कौतुक होते. तिने ती बाहुली कधी मागितली नाही. ती फक्त तिच्या सौंदर्याबद्दल बोलत राहायची.

‘बेब’

अगदी ओळखीतल्या एखाद्या राणीसारखी किंवा अनेक कलांत पारंगत असलेल्या एखाद्या युवराज्ञीसारखी ती दिसायची. तिच्यात निश्चितपणे ‘चित्रपट तारके’ची गुणवत्ता होती. तिचे केस लांब, जाड, लालसर तपकिरी होते आणि तिचे डोळे, तर टेक्सासच्या निरभ्र आकाशासारखे निळेशार होते. तिला गायला आणि वाद्ये वाजवायला खूप आवडायचे. फिडल, बेंजो आणि पियानो ही वाद्ये तर तिच्या कसबी स्पर्शापुढे अगदी आज्ञाधारक सेवकासारखी नमायची. ‘बेब’ हे तिचे टोपणनाव. ती तिच्या कुटुंबातील सर्वांत लहान मुलगी होती, एवढेच या टोपणनावामागचे कारण. त्या शोकांतिकेतून ती वाचली असती, तर तिचे वय आत्ता चौऱ्याण्णव असते. तिच्या बहिणी आता अठ्ठ्याण्णव आणि शह्याण्णव वर्षांच्या आहेत. बेबही इतकी वर्षे सहज जगली असती. बेबच्या उदार अंत:करणामुळे तिच्या सौंदर्यात आणखी भरच पडत होती. तिचे वर्णन करताना दयाळू, हळुवार आणि नाजूक या शब्दांचा नेहमी वापर होत असे, पण ते शब्द पुरेसे नव्हते. कदाचित सहनशील, प्रेमळ आणि आतिथ्यशील या शब्दांनी तिचे वर्णन अधिक सार्थ ठरले असते, पण तरीही अगदी पूर्णपणे नाही. जी व्यक्ती दुसऱ्यासाठी आपले जीवन देते तिचे वर्णन करण्यासाठी खरे तर शब्दच नाहीत. त्या प्रेमाची खोली व्यक्त करण्याचे सामर्थ्य असलेले विशेषण खरोखरच उपलब्ध नाही. ‘येशूने आपले आयुष्य साऱ्या मानवजातीसाठी दिले आणि ‘तारणहार’, ‘सामर्थ्यशील मार्गदर्शक’ आणि ‘शांततेचा राजपुत्र’ या शब्दांनी तो सन्मानित झाला. बेबनेही आपले जीवन दिले, पण ते फक्त एका व्यक्तीसाठी – तिच्या मुलीसाठी.

१८ ऑक्टोबर, १९५२ रोजी बेब, तिचा पती क्लिफ आणि नऊ वर्षांची त्यांची मुलगी साँड्रा सकाळी लवकर उठले, त्यांना त्यांची दुसरी मुलगी जीन हिला भेटायला जायचे होते, त्यासाठी तीन तासांचा प्रवास करावा लागणार होता. ऑक्टोबर असला तरी टेक्सासमध्ये सकाळच्या वेळीसुद्धा चांगलेच उकडत होते. वातानुकूलित गाड्या केवळ श्रीमंतांनाच परवडत होत्या आणि म्हणूनच सकाळी लवकर निघायचे असा क्लिफचा आग्रह होता. आपली मुलगी आणि जावई चालवत असलेल्या डेअरी फार्मवर जायला बेबला खूप आवडायचे. टेक्सासमधील ग्रामीण

भाग बेबच्या खास आवडीचा. तेथील घोडे, गायी आणि रानफुले टेक्सासमधील सूर्योदय अधिक सुंदर करायची. पानगळीच्या ऋतूमधील त्या सकाळी ताजे गवत कापलेला तो गंध गाडीमध्ये भरून राहिला होता. त्या गंधाने बेबला प्रसन्न वाटत होते, पण सर्वांत महत्त्वाचे म्हणजे पती आणि त्यांची मुलगी साँड्राबरोबर गप्पा मारताना तिला खूप मजा येत होती.

तसं बघायला गेलं तर साँड्रा तशी 'उशिराच जीवनात' आली. साँड्राचा जन्म झाला तेव्हा बेब छत्तीस वर्षांची होती, पण बेबला त्या वेळी खूप तरुण झाल्यासारखे वाटले आणि पुन्हा आई होण्याच्या कल्पनेने ती एवढी मोहरून गेली होती की, तिने तिच्या वयाबाबत किंवा बाळाला पोटात वाढवण्याच्या आपल्या क्षमतेबद्दल फारशी शंका घेतली नाही, उलट तिने आपल्याला आणखी एक बाळ हवे म्हणून क्लिफकडे हट्टच धरला. आधीची तीन मुले असल्यामुळे क्लिफला या बाळाच्या बाबतीत थोडे पटवून द्यावे लागले, पण बेबने आपला हट्ट पूर्ण केला आणि १७ जून, १९४३ रोजी साँड्रा या जगात आली. त्या क्षणापासून साँड्रा बेबचे सर्वस्व बनली. ख्रिस्त चरित्राचे निरूपण करणारी आपली आवडती गाणी 'हार्मनी' या संगीत प्रकारात तिच्यासोबत कशी गायची हे तिने साँड्राला शिकवले. संध्याकाळच्या जेवणासाठी तळ्यातील मासे पकडताना कसे शांतपणे उभे राहावे, हे तिने साँड्राला शिकवले. स्वच्छतेचे महत्त्व आणि काटकसरीने स्वयंपाक करायची कला तिने साँड्राला शिकवली. बेब साँड्रासाठी जे काही करत होती, तितके जगातल्या कोणत्याही आईने केले नसेल. बेब नेहमी साँड्राला एखाद्या बाहुलीसारखी नटवत असे आणि बाहुलीसारखीच हळुवारपणे वागवत असे. दोघी खूप एकरूप होत्या.

"गायींच्या धारा काढण्याआधी आपण तेथे पोहोचू, हो ना?" बेबने क्लिफला विचारले.

"नक्कीच," त्याने उत्तर दिले. क्लिफ अबोल होता, पण त्याला अनेक कला अवगत होत्या. तो काहीही करू शकतो, असे बेबला वाटत असे. घर बांधणे, कार दुरुस्त करणे, रविवारच्या वर्गात शिकवणे आणि नातवंडांना खेळवणे, हे सगळे तो सारख्याच क्षमतेने करू शकत असे. साँड्राचा जन्म झाल्यानंतर त्यांना दोन नातवंडे झाली होती. बेबला आजी होणे, आई होण्याइतकेच आवडले होते. डेअरी फार्मवर आता त्यांनी काढलेली सहल ही खरे तर एक अंदाज घेण्यासाठी होती.

नातवंडांजवळ राहण्यासाठी पुढच्या उन्हाळ्यात यायचे की नाही, हे ठरवण्यासाठी त्यांनी ही सहल काढली होती. बेब नेहमी म्हणायची की, 'तिला तिची सगळी बदके एका ओळीत हवीत.' म्हणजे तिची सगळी मुले सतत तिच्या नजरेसमोर राहतील, शिवाय बेबने व क्लिफने अनेक वर्षे नौदलाच्या घरात काढली होती, आता तिला खेडेगावात राहायचे होते.

आपल्याला कुठेही काम मिळेल याची क्लिफला खात्री होती, त्यामुळे स्थलांतर करण्यास त्याची काहीच हरकत नव्हती. बेब आनंदी असावी एवढीच त्याची इच्छा होती. त्याने बेबशी लग्न केले तेव्हा ती फक्त सतरा वर्षांची होती आणि तो सत्तावीस वर्षांचा होता. पश्चिम टेक्सासमधील या सुंदर मुलीशी लग्न केल्याचा त्याला कधीही पश्चात्ताप झाला नाही. गेली अठ्ठावीस वर्षे तो तिला सन्मानाने वागवत होता, तिची काळजी घेत होता, तिचा आदर करत होता.

संपूर्ण प्रवासात सॅंड्रा बराच वेळ मागच्या सीटवर बसून खेळत होती. या प्रवासासाठी बेबने तिला एक सुंदर बाहुली देऊन आश्चर्यचकित केले होते. कित्येक आठवड्यांपासून सॅंड्रा ती बाहुली दुकानाच्या खिडकीत पाहात होती. कधीही तिने बाहुलीसाठी हट्ट केला नाही, पण बाहुलीच्या सौंदर्याबद्दल ती सतत बोलत असे. सॅंड्राइतक्याच बेबलाही बाहुल्या खूप आवडत. तिच्या मुलीसाठी ती बाहुली खरेदी करण्यासाठी बेब चांगले निमित्त शोधत होती आणि शहराबाहेर सहलीसाठी जाणे, हे एक चांगले निमित्त होते. या बाहुलीत सॅंड्रा गुंतून राहील, हे बेबला चांगलेच ठाऊक होते. सॅंड्रा खरोखरच बाहुलीबरोबर दोन तास खेळत होती, त्यानंतर मात्र तिला आता बदल हवा आहे, याची जाणीव बेबला झाली.

"सॅंड्रा, थोडा वेळ पुढच्या सीटवर येतेस? इथे आज मस्त वाटतंय बघ!" पुढच्या सीटवर आई-बाबांच्यामध्ये बसणे ही सॅंड्रासाठी पर्वणी असे. त्या ठिकाणी खूप आरामदायी आणि सुरक्षित असे काही तरी होते.

"नक्कीच!" सॅंड्रा हातात बाहुली उचलून, उडी मारत ओरडली. त्या वेळी कारमध्ये सीटबेल्ट्स आणि एअरबॅग्ज नसायच्या. गाडीत मुलांना शेजारी बसवून घेताना आई-वडिलांना काहीच वाटत नसे. गाडी जेव्हा थांब्यावर किंवा लाल सिग्नलजवळ येई तेव्हा मुलाला सुरक्षित वाटावे म्हणून सीटपलीकडे हात पसरून मुलाला धरण्याची सवय त्या वेळी पालकांना होती. सॅंड्रा तिच्या आईला बिलगली आणि तिच्या बाहुलीच्या केसातला बो तिला दाखवू लागली.

त्यानंतरच्या काही मिनिटांच्या अवधीत जे काही घडले ते सॉँड्रा आणि क्लिफच्या आयुष्याला कलाटणी देणारे होते. कुठून कोण जाणे एक वाहन त्यांच्या दिशेने वेगाने येऊ लागले. क्लिफने त्या वाहनाच्या मार्गातून बाजूला होण्याचा प्रयत्न केला, पण वाहनाचा चालक दारू पिऊन तर्र झाला होता, त्याचा गाडीवरचा ताबा सुटला होता. काही सेकंदांतच दोन्ही गाड्यांची टक्कर झाली. क्लिफ स्टिअरिंगव्हीलच्या खाली चेपला गेला. त्याच्या फासळ्या तुटल्या, मांडीचे हाड मोडले आणि पायाचा चक्काचूर झाला. त्याचे दार जाम झाले होते आणि ते तो उघडू शकत नव्हता. ट्रीपच्या सुरुवातीलाच बेबने तिच्या बाजूचे दार लॉक केले होते, त्या काळातील सुरक्षेचा असा तो एकमेव उपाय होता आणि त्यामुळेच त्यांची सुटका करण्यासाठी काही मिनिटांतच धावलेल्या त्या सहृदय माणसाचे काम कठीण होऊन बसले. शेवटी गाडीची काच फोडण्यात आली आणि सॉँड्राचे चिमुकले शरीर तिच्या आईच्या शरीराखालून बाहेर काढण्यात आले.

बेबसाठी काही करता येण्याजोगे नव्हतेच. टक्कर होण्याच्या आधी शेवटच्या क्षणांत बेबने आपले शरीर तिच्यासाठी सर्वांत प्रिय असलेल्या तिच्या मुलीच्या भोवती झोकून दिले होते. ती पत्करत असलेल्या धोक्याची तिला पूर्ण जाणीव होती. आपण कोणत्या संकटात आहोत, याची पुरती कल्पना तिला होती. तिच्या मुलीच्या ऐवजी तिचे जीवन पणाला लागले आहे, हेही तिला माहीत होते, तरीही तिने तो धोका पत्करला.

मदत करण्यासाठी थांबलेल्या त्या दयाळू माणसाने नऊ वर्षांच्या सॉँड्राच्या जवळ बसून पंचेचाळीस मिनिटे प्रार्थना म्हटली. सॉँड्रा गोंधळलेली होती, पुरती मोडून पडली होती, रक्तबंबाळ झाली होती आणि रडत होती... पण ती अजून जिवंत होती.

होय, बेबने केवळ एका व्यक्तीसाठी आपला जीव दिला, पण जे घडले तेवढे पुरेसे नाही का? ऑक्टोबर, १९५२च्या एका सकाळी त्या कारमध्ये जे दिसले तसे आईच्या प्रेमाचे महान उदाहरण दुसरे कुठले असूच शकत नाही.

तुझे दिसणे तू कदाचित तुझ्या
आईकडून घेतले असशील,
पण तुझ्यातील शाश्वतता तुला मिळाली
आहे तुझ्या पित्याकडून,
तुझ्या स्वर्गीय पित्याकडून

– मॅक्स लुकॅडो

२. भाग्य कन्येचे

माझ्या भाग्यवान मुली,
तुझा जन्म होण्याआधीच
तुझ्या जीवनातील प्रत्येक दिवसाचे नियोजन
मी केले होते.

तुझ्यासाठी मी ज्या योजना योजल्या आहेत, त्यांची मला पूर्ण जाणीव आहे.

तुझ्यात मी जे काही चांगले कार्य सुरू केले आहे, ते प्रामाणिकपणे पूर्ण करताना मला पाहात राहा,

स्नेहपूर्वक,
तुझा स्वर्गस्थ पिता

(स्तोत्र संहिता १३९:१६, यिर्मयाह २९:११, फिलिपियन्स १:६)

आज तू काय करत आहेस? अजून ठरवलेले नाहीस? कदाचित फारसा विचार न करता तू अंथरुणातून उठशील आणि काल सुरू केलेले काम आज पुढे चालू ठेवशील. ड्रायरमध्ये टाकलेल्या कपड्यांच्या कदाचित घड्या घालशील, ज्या पलंगावर झोपली होतीस तो ठीकठाक करशील, जी कादंबरी वाचायला घेतली आहेस त्यातील आणखी एखादे प्रकरण वाचशील. तू जर विद्यार्थिनी असशील तर कदाचित रात्री जो घरचा अभ्यास करत होतीस, तो पुन्हा एकदा तपासून पाहशील म्हणजेच तू जे काही करशील, ते असे असू शकेल की, ज्याचा प्रारंभ आधीच झाला आहे.

एक मुलगी म्हणून तू जे तुझ्या जन्माच्याही आधीपासून जे चालले आहे, त्याचाच पुढचा भाग आहेस. जीवन हे असेच आहे. ते एका पिढीकडून दुसऱ्या पिढीकडे सोपवले जाते. तुझी इच्छा असेल तर जीवन हे अनेक जोडलेल्या घटनांची मालिका असते – पुढे सरकणारे, आणखी एखादे प्रकरण, पुढचा भाग. तरीही तुला हे म्हणावेसे वाटते. जीवन चालूच राहते.

माझ्या मुली, तुझे प्रारब्ध काय आहे? अव्याहतपणे चालणाऱ्या या जीवनचक्रात तू स्वतःचे स्थान कसे शोधणार आहेस? या प्रश्नाचे पूर्ण उत्तर कुणालाच माहीत नाही. तुझ्या आई-वडिलांना वाटले होते त्यापेक्षा कदाचित तू अधिक यश मिळवशील. कदाचित तुझ्या नशिबात शारीरिकदृष्ट्या तुझ्या कुटुंबाचा वारसा चालवणे समाविष्ट नसेल, तुझ्या आई-वडिलांनी आणि आजी-आजोबांनी ज्या परंपरा सुरू केल्या त्या पुढे नेण्याचे कदाचित तुझ्या नशिबात असेल. किती सुंदर आशीर्वाद आहे हा!

तुला पोरकी पिग कार्टूनचा शेवट आठवत असेल – 'दॅट्स ऑल, फोक्स!' ठीक आहे मुली, तुझ्या जन्मानंतर तुझ्या आई-वडिलांना आणि आजी-आजोबांना खात्री झाली आहे की, सगळे काही संपलेले नाही – त्यांनी आणि त्यांच्या आधी त्यांच्या आई-वडिलांनी ज्या गोष्टींची सुरुवात केली, त्या पुढे नेण्यासाठी आता तू आली आहेस म्हणूनच व्यवस्थित राहा आणि आपण पुढच्या आठवड्यात भेटू!

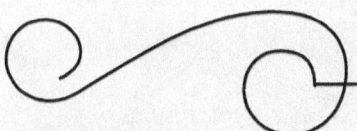

तुझ्यात ते सगळे गुण आहेत
जे आवश्यक आहेत – पित्याने पाहिलेल्या
स्वप्नाप्रमाणे तू ख्रिस्तात सामावून जाण्यासाठी

– ई. डब्लू. केन्यन

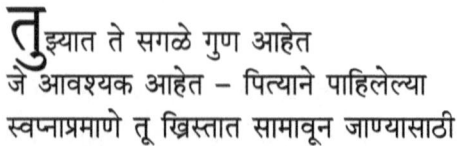

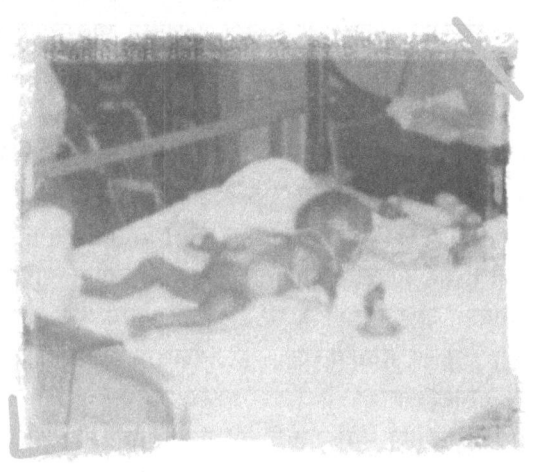

डॉक्टर जितक्या शांत आणि प्रेमळ स्वरात सांगू शकत होते, तितक्या शांतपणे त्यांनी जेफ आणि ॲलिसनला सांगितले की, ॲमीच्या हृदयातील मांजराच्या केसाहूनही बारीक व्हॉल्व दुरुस्त करण्यासाठी शस्त्रक्रिया करावी लागेल.

या अंगठीबरोबर

तिच्यासाठी अगदी अनोळखी असलेल्या या जगात ती खूप लवकर आली, मग तिला आपण जिवंत राहू शकू की नाही याची तरी जाणीव कशी असणार? आपल्या आई-वडिलांना, आजी-आजोबांना दु:खातून सावरायला अनेक आठवडे लागतील हे तरी तिला कसे समजणार? समजणारच नाही. आपल्याला जन्म घ्यायचाय, एवढेच तिला माहीत होते.

जेफ आणि ॲलिसन यांनी खूप तरुण असताना लग्न केले. सगळ्यांना त्यांच्या निर्णयाविषयी शंका होती, पण दोघे ठाम होते. ॲलिसन गर्भवती राहिली. दोघेही एकमेकांवर खूप प्रेम करत होते. आपल्याला लग्न 'करावे' लागतेय म्हणून आपण लग्न करत नाहीये, तर आपले एकमेकांवर प्रेम आहे, म्हणून आपण लग्न करतोय, हे त्यांनी आपापल्या आई-वडिलांना पटवून दिले. आयुष्य आपल्याला खूप काही शिकवणार आहे, हे या नवदांपत्याला कळायला फार वेळ जावा लागला नाही. त्यांच्या प्रेमाची कसोटी लागण्याची वेळ लवकरच आली.

ॲलिसनचे गरोदरपण नॉर्मल होते. ती तरुण होती आणि पूर्ण निरोगी होती. तिला कसलाही त्रास वाटत नव्हता, फक्त पहिल्या दोन महिन्यांत तिला कसलाही वास सहन होत नव्हता. या तरुण जोडप्याने परमेश्वरावर आपली श्रद्धा आणखी दृढ केली. त्या दोघांचे आई-वडीलही नव्या बाळाच्या येण्याच्या बातमीने उत्तेजित झाले होते.

पण ॲलिसन जेव्हा प्रसूत झाली आणि तिने केवळ एक पाउंड पंधरा औंस... किंवा नऊशे ग्रॅम वजन असलेल्या (तशीच नोंद करण्यात आली होती.) ॲमीला जन्म दिला तेव्हा सगळ्यांचा उत्साह मावळला. लहानग्या ॲमीला इनक्युबेटरमध्ये ठेवण्यात आले. तिच्याभोवती इतक्या नळ्या आणि वायर्स होत्या की, तिला पहिले की ती एखादा छोटा स्विचबोर्डच आहे असे वाटावे.

ॲमीला अतिदक्षता विभागात ठेवण्यात आले होते. दिवसातून ॲमीला भेटण्यासाठी जी पंधरा मिनिटे मिळत ती तिच्याजवळ व्यतीत करण्यासाठी जेफ आणि ॲलिसन इस्पितळाच्या वाऱ्या करत होते. सकाळी ८:०० ते ८:१५, १२:०० ते १२:१५, ३:०० ते ३:१५ आणि असेच... तीन महिने ॲमी जीवन आणि मृत्यूच्या हिंदोळ्यावर हेलकावे खात होती. आपला वेळ, ताकद आणि पैसा

देऊन जॅक आणि ॲलिसनला त्यागपूर्ण प्रेमाचा खरा अर्थ समजत होता.

ॲमी एक महिन्याची होत आली, तेव्हा तिची लहानगी मूर्ती आणखी लहान झाली, तिचे वजन एक पाउंड बारा औंस इतके घसरले. वेळेआधी जन्माला आलेल्या बाळांमध्ये असलेला हृदयविकार तिच्यातही असावा, अशी शंका डॉक्टरला होती आणि त्याने जितक्या सौम्य शब्दांत व्यक्त करता येईल तितक्या सौम्य शब्दांत या तरुण जोडप्यापुढे ती व्यक्त केली. मांजराच्या केसापेक्षाही बारीक असलेला – हृदयातील वॉल्व दुरुस्त करण्यासाठी तिच्यावर शस्त्रक्रिया करणे गरजेचे आहे, हेही सांगितले. ॲमीला आता काय वेदना सहन कराव्या लागतील या कल्पनेनेच जेफ आणि ॲलिसन उद्ध्वस्त झाले, पण दोघांनी ॲमीला परमेश्वराकडे केव्हाच सोपवले होते. परमेश्वराने ॲमीला वेदनामुक्त करावे आणि जे काही घडेल ते सहन करण्याची ताकद आपल्याला मिळावी यासाठीच दोघेही परमेश्वराची करुणा भाकत होते. ॲमीला स्वर्गात पोहोचवणे हेच त्यांच्या जीवनाचे आता उद्दिष्ट होते आणि तिला आताच मृत्यूने कवटाळले असते, तर त्यांचे हे उद्दिष्ट पूर्ण झाले असते.

ॲमीच्या छोट्याशा आकाराचे जेफला खूप आकर्षण वाटे. ॲमी इस्पितळात असतानाच एके दिवशी, ॲलिसनची एक अंगठी त्याने तिच्या हातात घातली – ती थेट तिच्या खांद्यापर्यंत गेली. ही गोष्ट जेफच्या मनात घर करून राहिली. त्याच्या आयुष्यातील तो एक संस्मरणीय क्षण होता. ॲमीच्या हातात ती अंगठी पाहून जणू त्या दोघांनी केलेल्या भयंकर साहसाच्या वास्तवाची त्याला जाणीव झाली. या जाणिवेने त्याच्या हृदयाला विळखा घातला. जेफच्या मनात तिच्याबद्दलचे विचार फेर धरू लागले. तिच्या भविष्यातील तिला अंगठी देण्याचे प्रसंग त्याच्या मनश्चक्षूसमोर नाचू लागले – वाढदिवस, ग्रॅज्युएशन, साखरपुडा, आणि मग लग्न... त्याच्या हृदयात एक कळ उठली. या सगळ्या घटना खरेच तिच्या आयुष्यात घडतील? जेफच्या डोळ्यांतून अश्रूंच्या धारा त्याच्या गालावर सांडू लागल्या. त्याने पुन्हा एकदा आपल्या मुलीसाठी प्रार्थना केली.

छोटी ॲमी जिंकली. तिसऱ्या महिन्यात केवळ चार पाउंड अकरा औंस वजन असलेली, अर्ध्या शरीरावर जखमेची खूण बाळगलेली, ॲमी अखेर आपल्या लाल-पांढऱ्या सुती कापडाच्या, छत्रीसारख्या 'रॅगेडी ॲन' बेडरूममध्ये प्रवेश करती झाली. पण जेफ आणि ॲलीसनच्या कसोटीचा काळ अजून संपला नव्हता, कारण

ॲमीला दर तीन तासांनी खायला देणे गरजेचे होते. त्यांच्या आयुष्यातील आरामच संपला होता. आता संध्याकाळी निवांतपणे टीव्ही पाहता येत नव्हता की वीकएंड नुसता झोपून काढण्याचे सुख अनुभवता येत नव्हते. वर्तमानपत्राच्या घडीहूनही चिमुकल्या अशा कुणीतरी त्यांची आयुष्येच बदलून टाकली होती.

त्यांची संध्याकाळ आता जमिनीवर येरझारा घालणे, गाणी म्हणणे आणि मन:शांतीसाठी प्रार्थना करणे यात व्यतीत होत होती. त्यांना बहुतेक सर्व रात्री जागूनच काढाव्या लागत होत्या. ॲमी व्यवस्थित श्वासोच्छ्वास करते की नाही याची खात्री करून घेण्यासाठी दोघांनाही वारंवार उठावे लागे. रात्री जाग येण्यासाठी त्यांनी गजराचे घड्याळच बेडरूममध्ये आणून ठेवले होते. ॲमीची श्वासनलिका व्यवस्थित विकसित झाली नव्हती, त्यामुळे खूपदा तिला श्वास घेणे जड जात असे किंवा तिला नीट गिळता येत नसे. अशा वेळी तिच्या मेंदूला इजा पोहोचू शकते, असे डॉक्टरांनी जेफ आणि ॲलिसनला बजावले होते. इतका त्रास सोसूनही आपण या चिमुकल्या आणि नाजूक जिवावर इतके प्रेम कसे करतो आणि तिची काळजी घेण्याएवढे बळ आपल्यात कुठून येते, याचे दोघांनाही नवल वाटत असे.

दिवस, आठवडे, महिने आणि शेवटी वर्षे उलटून गेली – आणि ॲमी मोठी झाली. तिच्या शरीरावरची ती जखमेची खूण फिकी झाली, अर्थात तरीही ती खूण ॲमी मृत्यूच्या दाढेतून कशी बाहेर आली, याची आठवण करून देतच होती, पण त्याहीपेक्षा मानवी दु:खांवर फुंकर मारण्याच्या परमेश्वराच्या सामर्थ्याची जाणीव देत होती. ॲमी आता बाइक चालवत होती, बास्केटबॉल खेळत होती, रस्त्यांवर बागडत होती आणि मोठ्या बहिणीची भूमिकाही पार पाडत होती.

काळ पुढे सरकत होता. पण ॲमीच्या हातात जेफने ॲलीसनची अंगठी घातली त्या रात्री मनात आलेल्या भावना जेफ कधीही विसरला नाही. ॲमीचा सोळावा वाढदिवस जवळ आला होता आणि त्याला आपल्या मोठ्या मुलीच्या आयुष्याचा सन्मान म्हणून तिला काही खास भेटवस्तू द्यावी असे वाटत होते, म्हणून मग त्याने तिच्यासाठी 'नाइट ऑफ ब्लेसिंग'चे आयोजन केले. त्याने तिच्या सर्व जवळच्या मित्र-मैत्रिणींना बोलावले. जाणत्या झालेल्या ॲमीला प्रोत्साहन देण्यासाठी प्रत्येकाने तिच्याबद्दल काहीतरी बोलावे अशी विनंती केली. ॲमीच्या जीवनाच्या कठीण सुरुवातीपासून तिचे हसऱ्या शोडषीत रूपांतर होईपर्यंतच्या सर्व क्षणांची एक व्हिडिओ फिल्म जेफने तयार केली होती. ॲमीला त्या दिवशी आपण कुणीतरी खास

आहोत आणि आपल्यावर सगळ्यांचे इतके प्रेम हे पाहून भरून येत होते.

त्या सरत्या संध्याकाळी जेफने अश्रूभरल्या डोळ्यांनी त्या अंगठीची कहाणी सांगितली. आपल्या मुलीसाठी पाहिलेल्या स्वप्नांना पूर्ण करणे कसे आव्हानात्मक होते, हेही सांगितले. आपल्यापेक्षा ॲलीसनने ॲमीसाठी कशा खस्ता खाल्ल्या, आपल्यापेक्षा ती ॲमीच्या काळजीने कशी रात्र-रात्र जागत असे, हे सांगितले. मग त्याने ॲलिसनच्या बोटातून अंगठी काढली आणि ॲमीला भेट म्हणून दिली. त्या वेळी तो म्हणाला, ''आई-वडिलांचे आपल्या मुलांवरील प्रेम हे इतर सर्व प्रेमापेक्षा सर्वश्रेष्ठ असते. ॲमी, तू आम्हाला जीवनाविषयी, प्रेमाविषयी आणि परमेश्वराच्या कृपेविषयी खूप काही शिकवलेस. ही अंगठी तुला देऊन आम्ही पुन्हा एकदा आमचे जीवन तुला समर्पित करतो. तू आता तारुण्यात पदार्पण करत आहेस, तुझ्या पुढील आयुष्यात तुझ्या प्रत्येक साहसात, मग ते लहान असो वा मोठे, आम्ही सतत तुझ्याबरोबर असू याची खात्री बाळग. ही अंगठी तुझ्या शारीरिक वाढीचे प्रतीक आहे आणि आम्ही तुझ्याप्रति दाखवलेल्या समर्पणाच्या भावनेची जाणीव आहे. या अंगठीमुळे आपल्यात असा एक बंध निर्माण झाला आहे, ज्याचा अनुभव खचितच इतर कुणा पालकांनी घेतला असेल. ही अंगठी तुझ्या सुंदर बोटात बसेल की नाही याची आम्हाला शंका होती, तुझी आई आणि मी आता तुला ही अंगठी देत आहोत.''

आणि एके काळी जी अंगठी ॲमीच्या हातातून पार खांद्यापर्यंत गेली होती, तीच तिच्या बोटात व्यवस्थित बसली. डॅड, मॉम, मुलगी आणि त्या खोलीत आलेल्या सर्व मित्रांच्या डोळ्यांत सोळा वर्षांपूर्वी दिलेल्या त्या चिरंतन भेटीसाठी आनंदाश्रू चमकू लागले.

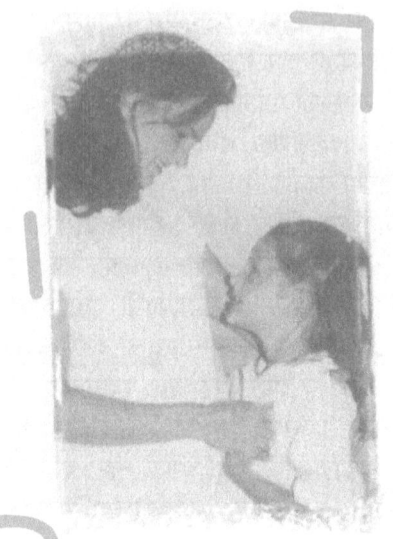

आपण स्वप्ने पाहिली पाहिजेत,
कारण आपण 'त्याच्या' प्रतिमेचे बनलो आहोत,
तो नसलेल्या गोष्टी पाहतो
आणि प्रत्यक्षात आणूही इच्छितो.

– गॅरी हार्डवे

३. मुलीशी मतभेद

माझ्या अद्वितीय मुली,

मी तुला सुंदररित्या
आणि स्वर्गीयरित्या विलक्षण बनवले आहे,
माझी आणि इतरांची सेवा करण्यासाठी,
तुला काही विशेष गुण बहाल केले आहेत.

तू माझी अतुलनीय कलाकृती आहेस,
येशू ख्रिस्तात निर्माण झालेली,
तुझ्यासाठी आधीच खास तयार करून ठेवलेली
सत्कृत्ये करण्यासाठी

माझ्या अमर्याद कृपेमुळे
सर्व स्रोत तुझ्याकडे नेहमी असतील,
काहीतरी वेगळे करण्यासाठी, श्रेष्ठ बनण्याची गरज आहे असे.

हेतुपुरस्सर,
तुझा निर्माता

(स्तोत्र संहिता १३९:१४, १ कॉरिन्थियन्स ७:७ इफिसियन्स २:१०, कॉरिन्थियान्स ९:८)

एकमेकांसारखे दिसणारे एखादे कुटुंब तुम्हाला माहीत आहे? सारख्याच रंगाचे केस, डोळ्यांच्या रंगात साम्य, इतकेच नव्हे तर हसणेही अगदी एकमेकांसारखे! अशी घरातील दोन किंवा तीन मुले. अगदी रक्ताचे नाते नसलेले आई-वडीलहीसारखे दिसतात.

मानवी विकास अधिक चांगल्या तऱ्हेने समजून घेण्यासाठी शास्त्रज्ञ जनुकशास्त्र आणि गुणसूत्रांचा अभ्यास करत आहेत. जनुकीय अभियांत्रिकीमध्ये आता पुढचे पाऊल म्हणून क्लोनिंगचा विचार होऊ लागला आहे. क्लोनिंग हा विषय लोकप्रियही आहे. एखाद्या वस्तूसारखीच हुबेहूब दिसणारी दुसरी वस्तू तयार करण्याच्या शक्यतेने संपूर्ण जगाला भुरळ घातली आहे. परमेश्वराचे नैसर्गिक 'क्लोनिंग' जुळ्याच्या किंवा तिळ्याच्या रूपात असते. एकमेकांसारखीच हुबेहूब दिसणारी जुळी! रस्त्यातून जाणाऱ्या जुळ्यांकडे पाहण्याचा मोह कोण आवरू शकतो? एखाद्या सातोळ्यांची कहाणी प्रसारित होत असताना कुणी टीव्ही लावणार नाही, असे होईल?

जे जग आपल्याला दिसते, त्यात परमेश्वराने एकमेकांसारखे दिसणारे अनेक लोक बनवले आहेत, पण शास्त्रज्ञांनी अनेक वर्षे केलेल्या सततच्या अभ्यासातून स्पष्ट झाले आहे की, जे दिसते ते फसवे असू शकते; केसांचा आणि डोळ्यांचा रंग सारखा असला म्हणजे दोन व्यक्तिमत्त्वे सारखी असतीलच असे नाही.

तुम्ही दिसायला अगदी तुमच्या आईसारख्या असू शकता, पण तुम्ही तुमची आई नसता. तुमच्यात तुमच्या वडिलांची काही शारीरिक वैशिष्ट्ये असतात किंवा तुमचे वागणेही काही प्रमाणात त्यांच्यासारखे असते, तरीही तुमचे स्वतःचे असे एक निराळे व्यक्तिमत्त्व असते. प्रत्येक 'स्नोफ्लेक' (बर्फाचा पातळ तुकडा) प्रमाणे परमेश्वराने आपल्या प्रत्येकाला वेगवेगळे तयार केले आहे. तुम्हाला तुमची अशी आवड-निवड असते, स्वतःची स्वप्ने आणि उद्दिष्टे असतात. डेव्हीडने साम १३९मध्ये (बायबलमधील स्तोत्र) परमेश्वराने त्याला निर्माण केल्याबद्दल घाबरत, पण अतिशय सुंदररित्या त्याची स्तुती केली आहे. परमेश्वराने हे तुमच्यासाठीही केले आहे. डेव्हीड आणि इतर अब्जावधी लोकांना त्याने जसे एकत्रितपणे 'विणले' तसेच तुम्हालाही विणले आहे. 'होय, तुम्ही बरेचसे तुमच्या पालकांसारखे असता – तुमच्या वारशाचा अभिमान बाळगा, पण त्याचबरोबर तुमच्यातील वेगळेपणाचाही अभिमान बाळगा – परमेश्वर तसे करतो!'

इतिहासात तुझ्यासारखे व्यक्तिमत्त्व कधी नव्हते,
पुन्हा तसे असणारही नाही.

– लॉरी बेथ जोन्स

पाठीवर ओझे नव्हते, तरीही चढ खूप कठीण होता.

बर्फ इतका खोल होता की, त्यांना जराही इकडे-तिकडे पाऊल टाकता येत नव्हते.

वाराही इतक्या बेफाटपणे वाहत होता की,

ॲनी पर्वतावरून उडून जाते की काय, अशी भीती करेनला वाटू लागली.

साहस

"**चि**अरिओजवरून तू कशी काय भांडू शकतेस?'' हे भांडण किती फालतू कारणावरून होते, हे आपल्या आवाजातून जाणवू नये याची काळजी घेत डेनिसने विचारले, पण हे भांडण केवळ 'चिअरोज'वरून (टोस्टसारखा एक पदार्थ) नव्हते, हे करेनला पक्के ठाऊक होते. त्यांचे भांडण प्रत्येक गोष्टीवरून व्हायचे.

"ती फक्त तीन वर्षांची आहे,'' डेनिस अगदी काळजीपूर्वक बोलत होता. नंतर त्यांच्या लाडक्या मुलीवरच्या – त्याच्या पत्नीच्या रागाला वाट मोकळी करून देण्यासाठी तो थांबला.

"ठीक आहे, तुला हे सगळे सोपे वाटतेय ना, मग तू तिच्याबरोबर उद्या घरी थांब,'' करेन खोलीतून झपाट्याने बाहेर पडत संतापून म्हणाली.

बारा वर्षांपूर्वी हे संभाषण झाले होते. ॲनीने स्वयंपाकघरात 'चिअरीओज' मुद्दाम सांडून ठेवले होते आणि आता ते कुणी उचलायचे यावरून ॲनी आणि करेन यांच्यात वाद चालू होता. नंतरच्या बारा वर्षांत असे अनेक वाद झाले. ॲनीला कुणी आपल्यावर हुकमत गाजवावी हे अजिबात आवडत नव्हते आणि करेनला आपली 'बॉस' बनू पाहणाऱ्या मुलीचे काय करावे, हा प्रश्न पडत असे. साहजिकच करेनने 'पालकत्व कसे निभावावे,' या विषयावरची अनेक पुस्तके वाचून काढली. आपल्या हितचिंतकांकडून, मित्रांकडून तिने सल्ले घेतले, पण जरा नरम शब्दांत सांगायचे तर ॲनीला वळण लावणे थोडे कठीणच होते. 'हट्टी आणि आपल्याला हवे तेच करणारी,' हे शब्द ॲनीच्या नावाबरोबरच चिकटले होते.

वर्षे उलटली, ॲनीही आपल्या पालकांची काळजी करायला शिकली. ॲनी तिच्या पद्धतीने दोघांचाही आदर करत होती आणि त्यांच्यावर प्रेमही करत होती. फक्त ते सांगतील ते बरोबरच असते, याची तिला खात्री नसे. तिच्या भल्यासाठी घेतलेल्या बहुतेक प्रत्येक निर्णयावर तिच्या मनात शंका असे. आई-वडिलांना ती त्याविषयी प्रश्न विचारत असे. करेन आणि डेनिस यातून मार्ग काढायला लवकर शिकले. ॲनीला तिच्या मनाप्रमाणे निर्णय घेण्याची परवानगी देऊन, चुका करू देण्यासही ते शिकले. सर्वांत महत्त्वाचे म्हणजे ते ॲनीबरोबरचे आपले नाते टिकावे यासाठी आणि ॲनीच्या आत्मिक उन्नतीसाठी प्रार्थना करायला शिकले – हे सोपे नव्हते, पण जेव्हा ॲनी पॉलला घेऊन घरी आली तेव्हा आपण करतो आहोत ते बरोबर आहे, याची खात्री दोघांना पटली.

पॉल दोघांशीही नेटकेपणाने वागला, पण करेनने त्याच्याबद्दल चर्चमध्ये जे काही ऐकले होते, त्यावरून आणि आपल्या पंधरा वर्षांच्या मुलीला त्याने प्रभावित करावे, इतका काही तो चांगला नाही, असे तिला मनापासून वाटत होते. तो सतरा वर्षांचा होता आणि ख्रिश्चन नव्हता. करेन आणि डेनिस ॲनीकडून शाळेत गुणांच्याबाबतीत जी अपेक्षा धरत त्यापेक्षा पॉलचे गुण कितीतरी कमी होते. तरीही त्याने जर भुवईला ती रिंग लावली नसती, तर कदाचित त्याच्या बॅगी जीन्स आणि उभ्या केसांकडे त्यांनी एक वेळ दुर्लक्ष केले असते.

"तिने त्याच्यात काय पाहिले?" करेनने उद्वेगाने विचारले. तिला आपल्या प्रश्नाचे तार्किक उत्तर हवे होते, पण डेनिस तिला ते देऊ शकला नाही – किमान तिचे समाधान होईल, असे उत्तर देऊ शकला नाही.

"कदाचित आपल्याकडे लक्ष दिले जावे, असे तिला वाटत असेल. या वीकएंडला तिला घेऊन कुठे तरी बाहेर जाऊ या," डेनिसने सुचवले.

"फक्त आई-वडिलांबरोबर तिला आनंद वाटेल, अशा कोणत्या ठिकाणी तू तिला घेऊन जाणार आहेस?" करेनने डोळे गरागरा फिरवत आणि डोके हलवत विचारले. आता आपली मुलगी तीन वर्षांची राहिलेली नाही आणि या समस्या तिला कुठे तरी प्राणिसंग्रहालयात नेऊन सुटणार नाहीत, हेच काही वेळा डेनिस विसरून जात असे.

"तू म्हणतेस ते बरोबर आहे," डेनिसने उसासा सोडला. "डेटिंगबद्दल आपण ठामच राहायला हवं. ती त्याला केवळ आपल्या घरी किंवा चर्चमध्ये गर्दी असेल तेव्हा भेटू शकेल. काय माहीत, कदाचित आपण त्याला मदत करू शकू."

"या क्षणी मला फक्त माझ्या मुलीला मदत करायची आहे," करेनला जोरात किंचाळावेसे वाटत होते.

ॲनीने पॉलची आणि त्यांची भेट फेब्रुवारीमध्ये घडवून आणली होती. त्यानंतरचा प्रत्येक दिवस घरात रणकंदन माजवणारा होता. रोज रात्री त्यावर वाद होत असे. "तू कुठे निघालीस? तिथे आणखी कोण आहे? पॉलही तिथे येणार आहे का? तुझे होमवर्क झाले आहे का?" आपण हे किती सहन करू हे करेनला माहीत नव्हते, पण ॲनीवर तिचे मनापासून प्रेम होते, याची तिला जाणीव होती. आणि तिचे तारुण्यातील पदार्पण योग्य तऱ्हेने व्हावे यासाठी तिची सगळी धडपड होती.

हे देवा, तुला माझ्या मर्यादा ठाऊक आहेत! अनेक अडेल मुलांना वाढवणारा अंतिम पिता म्हणून मला तुझ्या मार्गदर्शनाची गरज आहे. असे काही तरी आमच्या आयुष्यात घडव, जेणेकरून ॲनीला आम्हीही तिच्यावर प्रेम करतो आणि तिला

मदत आणि मदतच करायचा आमचा प्रयत्न आहे, हे तिला समजू दे.

शाळेचे वर्ष संपत आले, तशी करेनला उन्हाळ्याची सुट्टी आणि ॲनीकडे असलेला भरपूर वेळ खुणावू लागला. ॲनी गुंतून राहावी म्हणून सुट्टीतील अनेक उपक्रम तिने शोधायला सुरुवात केली. तिला नोकरीसाठी मदत करावी का? की चर्चच्या कॅम्पला जाण्यासाठी उद्युक्त करावे? की या तीन महिन्यांसाठी तिला बेड्या घालून डांबून ठेवावे? पटण्यासारखा नसला तरी शेवटचा पर्याय सगळ्यात सुरक्षित होता.

करेन झोपायला जायच्या तयारीत होती, तेवढ्यात फोन वाजला. 'शुक्रवारी रात्री पॉलला घरी येऊ दे का?' असे विचारून ॲनी नुकतीच आपल्या खोलीत गेली होती. ॲनी आणि पॉल यांच्या डेटिंगला दोन महिने झाले होते, पण करेनची त्याच्याबद्दलच्या मते काडीचीही बदललेली नव्हती. तो बोलताना अडखळत असे आणि त्याच्यात काही महत्त्वाकांक्षा, जिद्दच नव्हती, पण ॲनीने अगदी मृदू शब्दांत विचारले, म्हणून करेनने त्यांना घरात चित्रपट पाहण्याची परवानगी दिली. "हॅलो," करेनने रिसीव्हर कानाला लावला.

"मिसेस किम्बल?" पलीकडून एका तरुणाचा आवाज आला.

"होय," करेनने उत्तर दिले, "मी तुमच्यासाठी काय करू शकते?"

"मिसेस किम्बल, मी चर्चमधील युथ मिनिस्टर जोश मिलर बोलतोय."

"अरे हो, जोश, मला तुम्हाला भेटायचे होते, पण अजून तो योग आला नाही. तुम्ही मला नुसते करेन म्हटले तरी चालेल. इतके औपचारिक होण्याची गरज नाही."

पंचविशी उलटलेल्या लोकांनी आपल्याला 'मिसेस किम्बल' म्हणावे, हे करेनला रुचत नव्हते. आणि हा तरुणही किमान तेवढ्या वयाचा तरी असावा, याची तिला खात्री होती.

"थँक्स करेन," जोश जरा लाजून म्हणाला, "मलाही तुझ्याशी ओळख करून घ्यायची होती. चर्चच्या कार्यात ॲनी आणि पॉल यांची नेहमी हजेरी असते."

"वेल, थँक यू," करेन वाइटातली वाईट बातमी ऐकण्याची तयारी करत म्हणाली. तिची मुलगी आणि तिच्या त्या बॉयफ्रेंडबद्दल काही सांगण्यापूर्वी जोश आपल्याला लोणी तर लावत नाहीये ना, याची तिला शंका आली.

"करेन, या आठवड्यात मी तरुणांसाठी एका सहलीचे आयोजन करतोय आणि त्यासाठी त्यांच्यावर लक्ष ठेवण्यासाठी आमच्याबरोबर एखादी प्रौढ स्त्री असावी असे मला वाटते. तरुण करत असलेल्या कामांत त्यांच्या पालकांनीही सहभागी व्हावे, अशी माझी इच्छा आहे. आम्ही हायकिंगवर जाणार आहोत, तेव्हा तू आलीस तर

मला आवडेल. याबद्दल आताच काही सांगायची गरज नाही. रविवारी चर्चमध्ये आल्यावर सांगितलेस तरी चालेल.''

''जोश, ॲनी आणि पॉल या सहलीला येणार आहेत?''

''होय, दोघेही येणार आहेत.''

''मग मला यावर विचार करण्याची गरज नाही. माझंही नाव घ्या, मी येतेय.'' करेन म्हणाली. आपल्याला ज्याची अजिबात माहिती नाही, अशा गोष्टीसाठी आपण कशा काय तयार झालो, याचेच तिला आश्चर्य वाटत होते, पण आपण बरोबर असल्याशिवाय आपल्या मुलीला तिच्या त्या बॉयफ्रेंडबरोबर जाऊ द्यायचे नाही, हे तिला पक्के ठाऊक होते.

शालेय वर्ष संपले आणि लवकरच सहलीला जाण्याची वेळ आली. बसचा प्रवास फारसा सुखावह नव्हता – भरपूर गाणी आणि मोठ्यांदा वाजणारे संगीत, पण तो तितकासा त्रासदायकही नव्हता. ॲनी आणि पॉल इतर किशोरवयीन मुलांबरोबर मिसळताना पाहून करेनला आश्चर्य वाटले. तिला वाटले होते, हे दोघे मागच्या सीटवर ब्लँकेटमध्ये स्वत:ला लपेटून काही तरी चाळे करत राहणार आणि संपूर्ण बस प्रवासात आपण रागाने बेभान होणार.

दोन दिवस बसचा प्रवास झाल्यावर, अखेर सर्व जण आपले आव्हान पेलायला सज्ज झाले. एखाद्या बागेत 'हायकिंग' करायचे नव्हते, तर चौदा हजार फूट उंच पर्वत चढायचा होता. तेही बर्फ, खडक आणि साठ मैल वेगाने वाहणाऱ्या वाऱ्याचा मुकाबला करत! प्रत्येकाच्या पाठीवरचे ओझे चाळीस पाउंडांचे होते. करेनने या 'हायकिंग'साठी सहा आठवड्यांचे खडतर प्रशिक्षणही घेतले होते, तरीही या गोष्टीला सामोरे जायला ती अजून तयार नव्हती.

पहिला दिवस तसा बराच चांगला गेला. करेन दमली होती, पण गिर्यारोहणाच्या वेळचे काम करताना तिला खूप छान वाटत होते. ॲनीला आपल्या आईच्या तंबूत राहायचे नव्हते. तेव्हा करेनने ताबडतोब तिच्याबरोबर कोण-कोण राहणार आहे, याची रात्रीच्या जेवणाची तयारी करत असताना चौकशी करून घेतली. त्यानंतर यूथ मिनिस्टरने सर्वांना प्रार्थना करण्यासाठी एकत्र बोलावले.

''प्रत्येकाने एक दगड घेऊन या,'' त्याने सगळ्यांना सांगितले, ''असा दगड शोधा जो तुमच्यासाठी खास असेल, पण फार मोठा असणार नाही.'' सगळे जण दगड शोधायला गेले आणि थोड्या वेळाने शेकोटीजवळ परत आले.

जोशने आपले बोलणे पुढे चालू केले, ''हा दगड म्हणजे तुमच्या आयुष्यातील

एक अडथळा आहे, असे समजा. एक अशी गोष्ट जी तुम्हाला तुमच्यातल्या चांगल्या गोष्टी व्यक्त करू देत नाही. ती गोष्ट काहीही असू शकते. तिच्याशी या संपूर्ण आठवड्यात तुम्ही झगडावे, असे मला वाटते. प्रत्येक कठीण श्वास घेताना, पर्वत चढण्यासाठी प्रत्येक पाऊल पुढे टाकताना हा अडथळा तुमच्यापासून लांब, मागे पडत जाईल. मग जेव्हा आपण पर्वताच्या शिखरावर पोहोचू, तेव्हा तो तिथेच सोडून द्या. त्याला तिथेच सोडा आणि तुम्ही निघून या.''

करेनला असे काही घडेल याचा अंदाज नव्हता. सुजलेले स्नायू, थकलेले पाय, जीवघेणी डोकेदुखी या सगळ्यांची तिला अपेक्षा होती, पण आपल्या अंतरात्म्यावरही परिश्रम घ्यायचे आहेत, याची कल्पना तिला कुणी दिली नव्हती.

त्या रात्री तिने प्रार्थना केली, ''परमेश्वरा, मला जे काही जाणून घ्यायचे आहे त्यासाठी माझे डोळे आणि हृदय दोन्ही पूर्णपणे खुले होऊ देत. हे असे आहे? यामुळे मी ॲनीच्या आणखी जवळ येईन? कृपा करून तसेच घडू दे.''

दुसरा दिवस आणखी कठीण होता. ॲनीला उंचीच्या त्रासाने उलट्या होऊ लागल्या. ती तिच्या आईकडे आली. करेनने तिला 'परत जायचे का?' म्हणून विचारले. ''नाही,'' ॲनी म्हणाली, ''मी हे करू शकते. मला हे करायचे आहे.'' पण दिवसभरात तिने करेनची पाठही सोडली नाही. पॉलही तिथेच होता. ॲनीच्या पाठीवरचे ओझे कमी करण्याच्या हेतूने त्याने ते आपल्या पाठीवर घ्यायची तयारी दाखवली. करेनने तिच्या मुलीच्या खांद्यावरचे ओझे हलके करण्यासाठी आणि आधीच मोठे ओझे वाहत असलेल्या पॉलच्या पाठीवर ते बांधायला त्याची मदत केली.

पॉल ॲनीशी अतिशय हळुवारपणे बोलत होता. तिला प्रोत्साहन देत होता आणि आपण तिची मदत करायला आहोत, हे पुन्हा-पुन्हा तिला सांगत होता.

त्या रात्री आपण करेनच्या तंबूत झोपू शकतो का, असे ॲनीने विचारले. करेन खूप उत्तेजित झाली. तिने ॲनीला आपल्या स्लीपिंग बॅगमध्ये झोपायला सांगितले. दोघी मायलेकी थकल्या होत्या, तरीही दोघी तासन्तास आपल्या आयुष्याविषयी बोलत राहिल्या. एखाद्या शांत, छानशा पार्टीत दोन मुली गप्पा मारण्यात गुंग व्हाव्यात, तशा त्या दोघी एकमेकींच्या कानात कुजबुजत होत्या. करेनने ती किशोरवयीन असतानाच्या अनेक गोष्टी सांगितल्या आणि ॲनीने पॉलबद्दल तिच्याही मनात असलेल्या काही शंका व्यक्त केल्या. अनेक वर्षांनी पहिल्यांदाच-पर्वताच्या एका बाजूला एवढ्याशा त्या स्लीपिंग बॅगेत – करेनला शांत झोप लागली.

दुसरा दिवस आश्चर्याचे धक्के देणारा होता. ॲनी अजून अशक्तच होती आणि पॉल पुन्हा तिचे सगळे ओझे वाहत होता, पण या दिवशी करेन पॉलशी बोलली आणि पॉलचे बोलणेही तिने ऐकले, अगदी मनापासून. तो तितका वाईट नव्हता. आपल्यासाठी चर्चमध्ये जाणे किती महत्त्वाचे आहे आणि एकदा का घर मिळाले की आपल्याला पुढे कसे शिकायचे आहे, हे त्याने करेनला सांगितले. ते परत गेले की जोश त्याच्याबरोबर बायबलचा अभ्यास करणार आहे, हेही त्याने तिला सांगितले.

दुपारच्या जेवणाच्या वेळेपर्यंत ते वरच्या कॅम्पपर्यंत पोहोचले. आणखी दोन तासांत ते शिखरावर पोहोचणार होते. सहलीच्या शेवटच्या टप्प्यात पाठीवर सामान घेण्याची गरज नव्हती. सगळ्यांनी आनंदाने आपल्या पाठीवरचा भार हलका केला, पण पाठीवर सामान नसतानाही ही चढण सोपी नव्हती. बर्फात पाय इतका खोल रुतत होता की इकडे-तिकडे पाऊल टाकण्याचे धाडस कुणी करत नव्हते. वारा एवढ्या जोराने वाहत होता की, ॲनी पर्वतावरून उडून जाते की काय अशी भीती करेनला वाटू लागली. पॉल सर्वांत प्रथम शिखरावर पोहोचला आणि करेनला वर येण्यास त्याने हात दिला. मग दोघांनी मिळून ॲनीला वर येण्यास मदत केली आणि तिघेही आनंदाने हसू लागले, रडू लागले, एकमेकांना जवळ घेऊ लागले.

''ॲनी, तुला हे जमलं,'' करेनने ओरडून आपल्या मुलीला शाबासकी दिली.

''ममा, आपण दोघींनी हे करून दाखवले, आपण सगळ्यांनी मिळून हे केले. तू माझ्याबरोबर आहेस, थँक यू!''

''नो प्रॉब्लेम!'' हे करेनचे अतिशय मनापासून दिलेले उत्तर होते. आपल्या मुलीभोवती हातांचा विळखा तसाच घट्ट करत करेनने ॲनीच्या खांद्यावरून बर्फाच्या टोप्या घातलेल्या पर्वतांकडे आणि सुंदर सूर्यप्रकाशाकडे पाहिले. आयुष्यभराचा ठेवा बनलेल्या या पर्वतारोहणाच्या अनुभवाबद्दल परमेश्वरा, धन्यवाद!

त्या रात्री शेकोटीभोवती दोघींच्या मनातील दुःखाचा भार हलका झाला. करेन आणि ॲनीने त्यांचे दगड पर्वताच्या शिखरावर सोडून दिले होते आणि आता नव्याने सुरुवात करायला त्या सज्ज झाल्या होत्या. दोघींनी त्यांच्यातील मतभेदांचा उत्सव साजरा केला आणि एकमेकींबद्दल वाटणाऱ्या प्रेमाला रोखणारे ओझे फेकून दिले होते.

प‍रमेश्वर तुमच्यावर प्रेम करतो,
आणि तुम्हाला जाणून घेण्याचा आनंद घेण्यासाठी
त्याने तुम्हाला निर्मिले आहे.

– शीला वॉल्श

४. मुलीचे ऋण

माझ्या लाडक्या मुली,
तू अविस्मरणीय आहेस,
खरे तर, मी तुला माझ्या तळहातांवर
कोरले आहे.

मी तुला मुक्तीच्या वस्त्रांत लपेटले आहे,
तू सात्त्विक पोशाख परिधान केला आहेस,
तुझ्यासाठी असलेल्या माझ्या महान प्रेमामुळे,
मी तुला ख्रिस्तात सामावले आहे.

तू माझे भूषण आहेस,
तुझ्याबरोबर असलेला माझा करार
मी चिरंतन स्मरणात ठेवेन.

चिरंतनरित्या
तुझा स्वर्गीय पिता

(इसा ४९:१६:६१:१०, इफेसियन्स २:४-५, स्तोत्र संहिता १११:५)

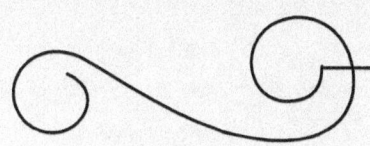

एखाद्याचे आपण 'देणे' लागतो, ही भावना किती भयंकर आहे नाही? तुम्ही एखादा चित्रपट पाहायला जाता आणि तुमच्या लक्षात येते की, कोक प्यायला तुमच्याकडे पुरेसे पैसेच नाहीत, मग तुम्हाला ते उसने घ्यावे लागतात. ते घेताना तुम्ही ते तापदायक शब्द उच्चारता, 'मी तुझे पैसे परत देईन.' एखादे आश्वासन देणे किंवा घेणे हे दोन्ही कठीण असते का? कदाचित हा विषय 'छाप की काटा?' याप्रमाणे आहे.

एकदा चित्रपट सुरू झाला की, ही उसनवारी विस्मरणात जाणार हे ठाऊक असूनही असे वचन दिले जाते. वचन देणारी व्यक्ती त्या कर्जाची नोंद मनात ठेवण्याचा प्रयत्न करत असते. जी व्यक्ती कर्ज देते तिलाही माहीत असते की, दिलेले पैसे परत मिळणार नाही, पण तिला आपल्या मित्राच्या वा मैत्रिणीच्या मनात खजीलपणाची भावना येऊ द्यायची नसते, पण कर्ज घेणे ही नेहमीच अस्वस्थ करणारी परिस्थिती असते – याला अपवाद एकच जेव्हा धनको संपूर्ण कर्ज माफ करतो तेव्हा.

'याची चिंता करू नकोस,' किंवा 'मी तुझी गरज भागवली,' हे शब्द ऐकल्यावर सुटका झाल्याचा अनुभव येतो की नाही? दुसऱ्या शब्दांत सांगायचे तर तुम्हाला ते पैसे परत करण्याची गरज नाही आणि तुम्हाला त्याबद्दल अपराधी वाटण्याचीही गरज नाही. तुमच्या पालकांनी तुमच्यासाठी खर्च केलेले तास, पैसा, शक्ती यांची परतफेड तुम्ही करू शकता? प्रश्नच येत नाही!

त्याचप्रमाणे 'कॅल्वॅरी' (येशू ख्रिस्ताला जिथे क्रूसावर चढवले ती जेरूसलेमजवळची जागा) येथील येशू ख्रिस्ताच्या कर्जाची तुम्ही परतफेड करू शकत नाही. अनेक वेळा केवळ 'आभारी आहे,' हे शब्दही पुरेसे असतात. ती वेळ कदाचित आजच आली असेल. तुम्ही तुमच्या पालकांना फक्त एवढेच म्हणा, 'तुम्ही माझ्यासाठी जे काही केलेत त्यासाठी धन्यवाद.' त्यांनी तुमचे ऋण आधीच माफ केले असेल, तुम्ही फक्त त्याबद्दल त्यांचे आभार माना.

'परमेश्वराने आपल्या प्रत्येकाला
अनोखे बनवले आहे आणि मानवी आत्म्याभोवती
कमालीचे गूढ आणि सौंदर्य आहे.'

– ॲलन लॉय मॅक्गिनीस

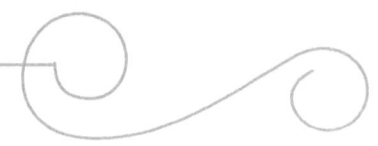

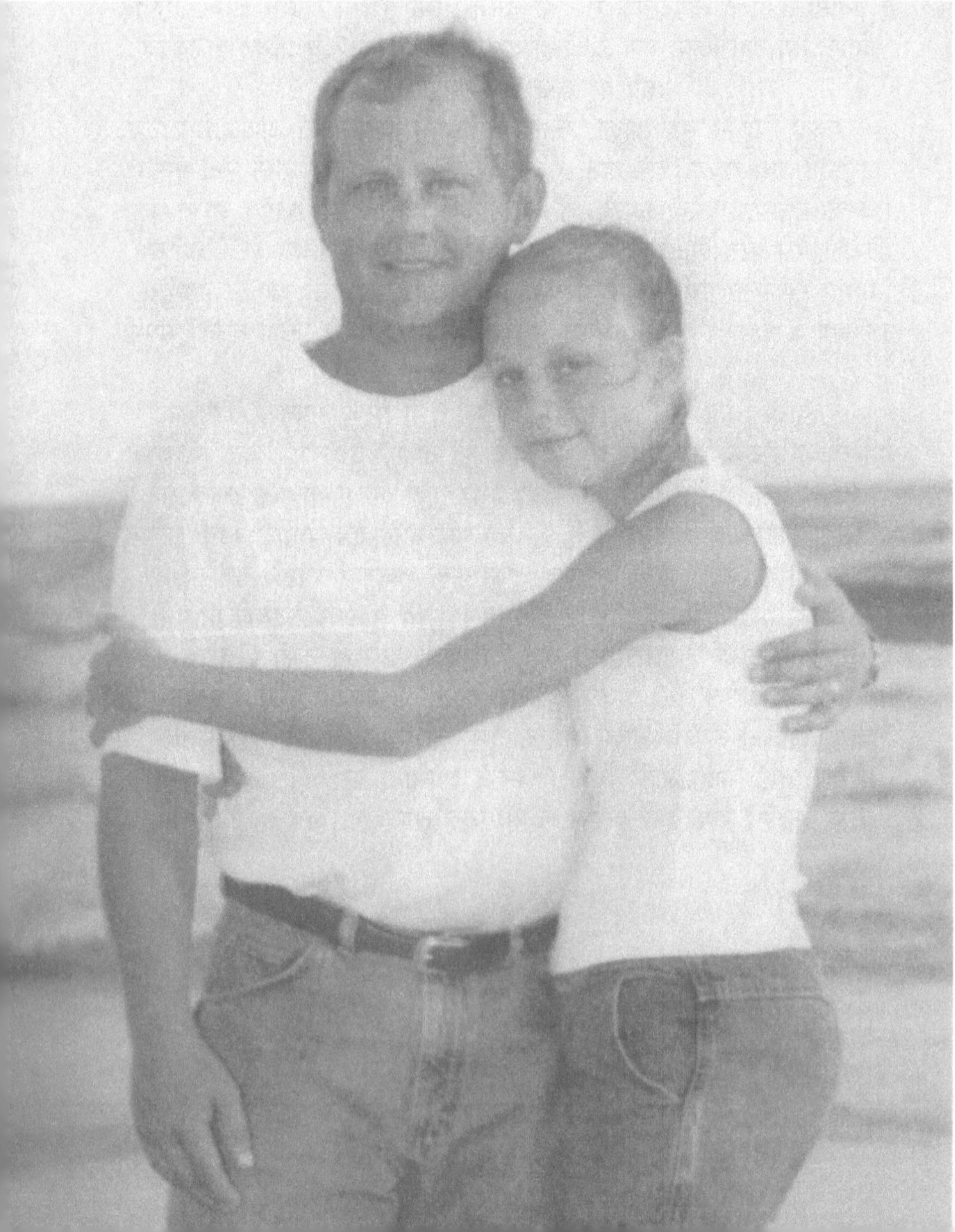

त्या संगीताने संपूर्ण प्रेक्षागार भारून टाकले होते,
त्याच वेळी अमांडाने एक दीर्घ श्वास घेतला.
'मी तयार आहे, डॅडी.' असे म्हणत,
तिने गेल्या तीस मिनिटांपासून 'क्राय रूम'मधील
त्या छोट्या खुर्चीची शोभा वाढवत
ठेवलेला पुष्पगुच्छ उचलला.

चॅपेलमध्ये जाणे

अमांडा 'पी के' होती. म्हणजे प्रवचनकाराची मुलगी (प्रीचर्स कीड). बऱ्याचदा तिला हे संबोधन आवडत नसे... पण आज, ती खूप उत्तेजित झाली होती. वयाच्या तेविसाव्या वर्षी आपले डॅडी प्रवचनकार असल्याचा तिला अभिमान वाटत होता. सर्वांत महत्त्वाचे म्हणजे तेच तिचे लग्न लावून देणार होते. ही सर्वांत उत्साहित करणारी बाब होती.

सर्व तयारी झाली होती. अमांडाने क्राय रूमच्या काचेच्या खिडकीतून चर्चच्या प्रेक्षागाराकडे पाहिले. ते विलक्षण सुंदर दिसत होते. प्रांगणात ओळीने बाक ठेवण्यात आले होते आणि शुभ्र सॅटीनच्या गोंड्यांनी आणि डेसीच्या (शेवंतीसारखे फूल) फुलांच्या गुच्छांनी सजले होते. खोलीच्या समोरच प्रमुख मार्ग हिरवाई आणि डेसीच्या फुलांनी नटून-थटून वधूवरांची वाट पाहत होता. आणि शेवटी – ज्याचे अमांडा नेहमीच स्वप्न पाहत होती – त्या मंद जळणाऱ्या मेणबत्त्या, एरवी अगदी सामान्य, छोट्या, साध्या वाटणाऱ्या चर्च प्रेक्षागाराला, एक रोमँटिक चमक देत होत्या.

हा दिवस अमांडासाठी 'खास' व्हावा यासाठी तिच्या आईने खूप मेहनत घेतली होती. या लग्नाचे नियोजन म्हणजे संकटाला आमंत्रण देणारे ठरेल, असा इशाराही अमांडाच्या एका मैत्रिणीने दिला होता. मैत्रिणींच्या मते अमांडा आणि तिच्या आईचे कुठल्याच गोष्टीवर एकमत होत नाही आणि लग्नाचा दिवस येईपर्यंत अमांडाला आपण पळून गेलो तर बरे होईल असे वाटेल, पण ते खरे नव्हते. प्रत्यक्षात लग्न ठरल्याच्या अगदी पहिल्या दिवसापासून अमांडा आणि तिच्या आईने भरपूर मजा केली होती. त्या दिवशी मन आनंदाने भरून गेले होते, पण त्याचबरोबर हे सगळे आता संपले याची बोचणीही तिच्या मनाला लागली होती. तिच्या आईने आणि तिने केलेली मजा खरेच आगळी होती आणि ती संपू नये असेच तिला वाटत होते.

'नाही, डोळ्यांत पाणी आणायचे नाही, मी रडत नाहीये,' अमांडा मनातून दुःखद विचार बाजूला सारत, स्वतःशीच मोठ्यांदा बोलली. चर्चमध्ये जमलेल्या लोकांचे खेळणाऱ्या मुलांकडे लक्ष जाऊ नये म्हणून लावण्यात आलेला फिकुटलेला, पिंगट रंगाचा पडदा अमांडाने घट्ट पकडला होता. बाहेरच्या लोकांना

आपण दिसणार नाही याची काळजी घेत ती पडद्याआडून बाहेर बघत होती, तेवढ्यात तिचे लक्ष गेले. तिचे डॅड तिच्या मॉमला काही तरी देत होते. काय असेल कुणास ठाऊक! तिच्या मनात आले. ते बायबलसारखे पुस्तक दिसतेय, पण रविवारी तर ते बायबल कधीच वापरत नाहीत. त्यांनी काही तरी गुपित माझ्यापासून लपवले आहे....!

अमांडाचे वडील कडक म्हणावेत असे नव्हते, पण नियमांबाबत ते काटेकोर होते, ते पाळले गेलेच पाहिजेत असा त्यांचा कटाक्ष असे. डॅडींपुढे काही चालत नाही याची जाणीव अमांडाला अगदी लहान वयातच झाली होती, पण त्याच वेळी ते तिच्यावर आणि तिचा भाऊ स्कॉटवर खूप प्रेम करतात, हे तिला पक्के ठाऊक होते. तरीही, काही झाले तरी पहिल्यांदा आईकडे धाव घेणे दोघांनाही फायद्याचे वाटत असे, अर्थात दोघेही त्यांच्या वडिलांचा आणि चर्चमध्ये असलेल्या त्यांच्या स्थानाचा आदर करत असत. फुलांच्या आणि गोंड्यांच्या ताटव्यातून ते पुढे येत असताना अमांडा त्यांना निरखत होती. चर्चतर्फे ते नेहमी घेऊन जात असलेल्या सहलींचा विचार तिच्या मनात आला. तिला त्यांच्या वागण्याचे नेहमी आश्चर्य वाटे. एखादी अळी दिसली तर तिला ते सहज बाजूला करायचे, पण एखादी व्यक्ती हातात सकर (साखरेचा एक पदार्थ) घेऊन त्यांच्या आसपास दोन फुटांवर जरी उभी असली तरी ते दबकून जात. त्या चिकट भावनेचा आपल्याला तिटकारा आहे, असे ते म्हणत. ते आठवडाभर पावसात तंबू ठोकून राहू शकत असत, पण आपल्या ऑफिसमधील एखादे पुस्तकही इकडे-तिकडे झालेले त्यांना खपत नसे. 'माझे डॅडी असेच आहेत,' अमांडा मनाशीच हळुवारपणे म्हणाली.

खोलीतले घड्याळ पुढे पळत होते आणि आता भिंतीवरून जणू तिच्यासमोर उडी मारून उभे राहात म्हणाले, 'आता सात वाजले आहेत आणि तुझ्या विवाहाची वेळ झाली आहे.'

विवाहाच्या तयारीची सगळी जबाबदारी घेणारी तिची 'जो' मावशी दरवाजा उघडून आत आली आणि आनंदाने चीत्कारली, "वेळ झालीय."

"फक्त एकच मिनिट," अमांडा म्हणाली.

'जो' मावशीने दार बंद केले आणि अमांडा प्रार्थना करू लागली, 'प्रिय परमेश्वरा, आज माझ्याबरोबर राहा. आज मला आणि ब्रायनला समर्थन देण्यासाठी माझे स्वतःचे कुटुंब आणि चर्चचे कुटुंब इथे जमा झाले आहे. असे कुटुंब मला

दिल्याबद्दल तुझे आभार. एक पत्नी म्हणून आणि नंतर एक आई म्हणून तुला हवी तशी होण्यासाठी मला मदत कर. माझे आई-वडील माझ्यासाठी जसे होते, तशीच मी माझ्या स्वत:च्या मुलीसाठी असेन, अशी मी प्रार्थना करते. आज विशेष करून माझ्या डॅडींबरोबर राहा. हे सर्व त्यांच्यासाठी खूप कठीण असेल. येशूच्या नावे, आमेन!'

दारावर हळुवार थाप पडल्याचे अमांडाने ऐकले आणि त्यानंतर ते उघडण्यासाठी हळूच ढकलणारा डॅडींचा हात तिने पाहिला. ''तयार आहेस, चिकाडी?'' ती दोन वर्षांची असल्यापासून ते तिला 'चिकाडी' म्हणत. इस्टरच्या वेळी तिने एका कोंबडीच्या पिल्लासाठी हट्ट केला होता, पण त्यांना ते तिला द्यायचे नव्हते. त्यांचा दृष्टिकोन व्यवहारी होता, 'ते मरून जाईल,' ते तिला समजावत होते, पण शेवटी तिच्या हट्टापुढे त्यांचे काही चालले नाही आणि त्यांनी ते पिवळे कोंबडीचे पिल्लू तिला आणून दिले. ते पिल्लूही जिद्दी होते, मरणापुढे शरण जायला त्याने नकार दिला. अमांडाने पाळलेला तो पहिला जीव.

प्रेक्षागार संगीताने भारले होते. अमांडाने एक दीर्घ श्वास घेतला. 'मी तयार आहे, डॅडी' असे म्हणत, तिने छोट्या सजवलेल्या खुर्चीवर ठेवलेला पुष्पगुच्छ उचलला. क्राय रूममधील त्या छोट्या खुर्चीची शोभा वाढवत तो गेल्या तीस मिनिटांपासून तेथे होता. तिने शेवटचे आरशात पाहून घेतले, ओठांवर थोडा 'लिप ग्लॉस' लावला आणि अगदी लहान असल्यापासून जे स्वप्न ती पाहत होती, ते साकारण्यासाठी वडिलांबरोबर चालू लागली.

एकमेकांच्या हातात हात घालून दोघे प्रेक्षागाराच्या मागच्या बाजूला आले. अमांडा तिच्या जागेवर जाऊन बसली तरी जमलेल्या लोकांचे डोळे चर्चच्या समोरून फुले घेऊन येणाऱ्या मुलीकडे आणि अंगठी घेतलेल्या व्यक्तीकडेच लागले होते. आपल्याकडे अजून कुणाचेही लक्ष नाही, या जाणिवेने अमांडा जरा सुखावली. या क्षणी तिला फक्त तिच्या डॅडबरोबर राहायचे होते आणि गर्दीला मनातून बाजूला सारत तिने त्यांच्याकडे पाहिले. ते अस्वस्थ झाले होते याची तिला खात्री होती, कारण ते डुलत होते. ज्या वेळी ते अस्वस्थ होत, तेव्हा असे डुलण्याची त्यांची सवय होती. पायापासून डोक्यापर्यंत त्यांचे शरीर पुढे-मागे डुलत होते. 'गंमत आहे', तिच्या मनात आले, 'दर रविवारी प्रवचन देत असूनही ते त्याबद्दल अस्वस्थ कसे होऊ शकतात? कदाचित, प्रवचन देण्याच्या विचाराने ते अस्वस्थ नसावेत.'

तिने मनाशी निष्कर्ष काढला आणि ती हसली. त्यांच्या गालाचा मुका घ्यावा आणि आपण त्यांच्यावर किती प्रेम करतो हे त्यांना सांगावे, असे तिच्या मनात आले, पण तसे केले तर ते रडू लागतील, हे तिला माहीत होते म्हणून मग ती थांबली.

अमांडाचे लक्ष पुन्हा प्रेक्षागाराकडे गेले, आता सगळे जण उभे राहिले होते. आता चालत जाण्याची वेळ आली होती. तिच्या वडिलांनी त्यांचा हात तिच्या हाताभोवती गुंडाळला आणि तिला हळूच पुढे ओढले. 'हे सगळे असे असते तर', अमांडाने स्वतःशीच विचार केला, खूप छान आहे. एलिझाबेथ आणि जॉन मार्क, नेएट, मिसेस मॅककेना आले होते. आणि आजी-आजोबा, ते खूप छान दिसताहेत. तिथे ममा आहे. रडू नकोस, ममा. लक्षात ठेव, आपण याबद्दल बोललो होतो. मी व्यवस्थित आहे. रडायला सुरुवात करू नकोस, तू छान दिसतेस.

आपण काही विचार करू शकू यावर अमांडाचा खरे तर विश्वास बसत नव्हता. अर्थात तिला प्रत्येक तपशील आठवायचा होता. तिचे जवळचे सगळे मित्र छान दिसत होते. होय, त्यांचे पोशाख त्यांना शोभून दिसत होते. ग्रूम्समेनही खूप छान दिसत होते. लग्नाची ही पार्टी छानच जमली होती, तिला मान्य करावेच लागले.

तिची नजर ब्रायनच्या नजरेला भिडली. त्याच्या चेहऱ्यावर एवढे मोठे हसू फुलल्याचे यापूर्वी कधी पाहिल्याचे तिला आठवले नाही. त्याची छाती एवढी फुलली होती की, तिला वाटले कधीही फुटू शकेल. तिने तिच्या 'जवळजवळ निश्चित' असलेल्या नवऱ्याला 'टेलिपॅथिक' संदेश पाठवण्याचा प्रयत्न केला : ब्रायन, श्वास घे. तुला चक्कर आलेली मला पाहायची नाहीये. याचा परिणाम झाला असावा, कारण त्याने मंद श्वास सोडल्याने त्याच्या छातीवरचा ताण कमी झाला होता. 'आपल्यासाठी हा किती योग्य आहे', अमांडाच्या मनात विचार आला.

ते थांबले. चालणे संपले आणि आता ते चर्चच्या समोर उभे होते. अमांडाची आई उठली आणि तिने बायबल तिच्या डॅडींकडे दिले आणि आपली मुलगी आपण ब्रायनला देत आहोत, असे निवेदन दोघांनी मिळून केले. त्यानंतर अमांडा आणि ब्रायन यांनी वळून जमलेल्या मित्र आणि नातेवाइकांकडे पाहिले. सगळे जण त्यांच्या आनंदात सहभागी व्हायला आले होते.

''अमांडा,'' तिच्या वडिलांनी सुरुवात केली, ''एका छोट्या गोष्टीपासून मी सुरुवात करतो. त्या वेळी मी तरुण प्रवचनकार होतो, जिथे माझे लक्ष केंद्रित होणे

आवश्यक असायचे, तिथे ते होत नव्हते, हे मला कबूल करायला हवे. बऱ्याचदा मी सत्य काय आहे; हे पाहण्यापेक्षा जे दिसते आहे, त्यात जास्त रस घेत असे. प्रवचन करण्यासाठी मला एक सुंदर बायबल भेट देण्यात आले होते आणि ते मी मोठ्या दिमाखाने माझ्या डेस्कवर ठेवले होते. प्रत्येक रविवारी चर्चमध्ये ते घेऊन जायचे, म्हणजे सगळे जण ते बघतील, असे माझ्या मनात असायचे, पण मग मला एक छोटी मुलगी होती – इतर कोणत्याही गोष्टीपेक्षा अशी लाडकी छोटी मुलगी. तिने मला अनेक गोष्टी शिकवल्या.''

''एके दिवशी ती माझ्या ऑफिसमध्ये आली आणि माझे सुंदर बायबल उघडून त्याच्या पहिल्या पानावर तिने काहीतरी लिहिले. मी उद्ध्वस्त झालो. ज्या व्यक्तीने मला ते बायबल भेट म्हणून दिले होते, त्याला ही घटना कशी स्पष्ट करून सांगायची हा प्रश्न मला पडला. मला आठवते, 'मी ते बायबल उचलले आणि त्या छोट्या मुलीकडे पाहिले.' तिने जे काही केले, त्याबद्दल तिला रागावण्याच्या बेतातच मी होतो; पण अमांडा, तू मान वर करून माझ्याकडे पाहिलेस आणि गोडपणे म्हणालीस, 'मी अमांडा लिहिले.' त्याच वेळी माझ्या लक्षात आले, अरे, आपण तर या जीवनाच्या पुस्तकावर अमांडाचे नाव लिहिणारच होतो. म्हणून मग मी पेन उचलले आणि लिहिले, 'अमांडा, वय दोन वर्षे, डिसेंबर १५, १९७५.' जीवनाच्या पुस्तकात तुझे नाव कायमचे राहावे यासाठी जे शक्य आहे ते करणे, हेच माझे उद्दिष्ट होते. आज मी हे बायबल तुला देत आहे. तुझ्या मुलांची नावे तू यात लिही आणि त्यांची नावे तिथे राहावीत यासाठी तुला जे-जे काही शक्य आहे, ते सर्व कर.''

अमांडाने वडिलांच्या हातातून बायबल घेतले आणि त्याचे पहिले पान उघडले. त्यावर तिने केलेला गिरगिटा आणि तिच्या वडिलांनी केलेले स्पष्टीकरण पाहिले. आता तिच्या डोळ्यांतून अश्रूंच्या धारा वाहू लागल्या, तिचे वडील तिच्यावर किती प्रेम करतात, हे कधी नव्हे ते – अमांडाने ओळखले.

आपल्यावर प्रेम केले जातेय, असा विचार आपण करतो तो परिस्थिती किंवा घटनांमुळे नाही तर परमेश्वर खरेच आपल्यावर अगदी अचूक, संपूर्णपणे आणि चिरंतन प्रेम करतो म्हणून.

— मेरी चॅपमन

५. मुलीची स्वप्ने

माझ्या सुंदर मुली,
तू सर्वोत्कृष्ट आहेस! मी तुझी निवड केली आहे,
अंधारातून तुला माझ्या विलक्षण
प्रकाशात येण्यासाठी साद दिली आहे.

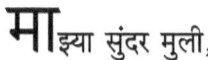

माझ्या सुंदर मुली,

तू सर्वोत्कृष्ट आहेस!
मी तुझी निवड केली आहे,
अंधारातून तुला माझ्या विलक्षण
प्रकाशात येण्यासाठी साद दिली आहे.

खऱ्या अंत:करणाने माझा धावा करा.
मग पाहा! मी तुमच्याकडे येईन अन्
तुम्हाला आशीर्वादीत करेन.

मी तुझ्यासाठी जे योजले आहे,
ते तुझ्या अविश्वसनीय
स्वप्नांच्याही पलीकडचे आहे,
हे तू पाहशील.

लक्षात ठेव, सर्व काही शक्य आहे,
कारण मी तुझा पिता आहे.
चिरंतन आशेत मी तुला जन्म दिला आहे!

न्यायी,
'तुझ्या राजांचा राजा'

(१ पीटर २:९, मॅथ्यू ६:३३, एफीसियन्स, ३:२०, मार्क १०:२७, १ पीटर १:३)

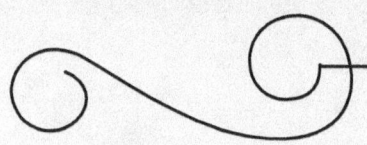
तुम्ही डोळे बंद करून काय पाहता? रात्रीच्या स्तब्धतेत कोणती स्वप्ने पाहता? जी स्वप्ने तुम्ही रात्री पाहता ती खरी होत नाहीत, तर पूर्ण जागेपणी जी स्वप्ने पाहिली जातात ती प्रत्यक्षात उतरतात.

उदाहरणार्थ, पोर्चमध्ये एकटी बसलेली असताना किंवा इतिहासाच्या तासाला आपले लक्ष आहे, असे दाखवत असताना तुम्ही कोणते स्वप्न पाहत असता? अशा स्वप्नांनाच काही अर्थ असतो. त्या शांत वेळेत तुम्ही तुमचे भविष्य पाहत असता आणि ते कसे असेल याचा अंदाज बांधत असता. हे खूप कठीण असते, नाही? काही वेळा तुम्ही तुमच्यासाठी पाहिलेली स्वप्ने आणि तुमच्यासाठी इतरांनी पाहिलेली स्वप्ने सारखी नसतात.

पालक, आजी-आजोबा, शिक्षक, प्रशिक्षक, यूथ मिनिस्टर्स, पती – असं वाटतं की, प्रत्येकात तुमचा छोटासा अंश आहे. जे तुमच्यावर प्रेम करतात, त्यांना तुम्हाला निराश करणे आवडत नाही, तरीही तुम्ही तुमच्याशी प्रामाणिक असायला हवे. एक नवा दृष्टिकोन मिळवण्यासाठी हिब्रूज १२:२ वाचा : 'आपल्या श्रद्धेचा लेखक आणि शिक्षक ज्याने आपल्या आनंदासाठी क्रूस सहन केला, शरमेचा त्याग केला आणि परमेश्वराच्या सिंहासनाच्या उजव्या हाताला बसला, त्या येशू ख्रिस्तावर आपली नजर खिळू दे.' येशू ख्रिस्तावर लक्ष केंद्रित करणे आवश्यक आहे. येशू ख्रिस्ताने तुमच्यासाठी जे स्वप्न पाहिले आहे, ते साकारण्याऐवजी तुम्ही जर तुमच्यासाठी इतरांनी पाहिलेली स्वप्ने किंवा अगदी तुमची स्वत:ची स्वप्ने साकारण्याच्या मागे लागलात तर तुम्हाला पूर्ण समाधान कधीच लाभणार नाही.

ज्यांची नजर येशू ख्रिस्तावर खिळलेली असते, त्यांची स्वप्ने आणि उद्दिष्टांचा चिरंतन विजयच होतो, याची खात्री देता येते. नाही, तुम्ही प्रत्येकाचे समाधान करू शकत नाही आणि होय, नंतरच्या काळात तुमच्या आयुष्याला आकार देणारे अनेक मार्गदर्शकही तुम्हाला भेटतील, पण जेव्हा तुम्ही येशू ख्रिस्ताला सर्वाधिक प्राधान्य देता, तेव्हा तुम्हाला माहीत असते,

तुम्हीच जेत्या आहात!

प रमेश्वर प्रत्येक मुलीमध्ये स्वप्ने पाहतो, हे जाणून घेणे किती खास आहे. त्यासाठीच परमेश्वराच्या कृपेमुळे   उद्याच्या आनंदासाठी श्रम करण्याची क्षमता येते.

— ॲन किमेल अँडरसन

तिला माहीत होते; इतर लोकांकडे ज्या वस्तू आहेत त्या तिच्याकडे असायलाच हव्यात असे नाही, पण तिचा नाइलाज होता. ठीक आहे – तिने स्वत:लाच बजावले – माझ्याकडे जर त्या नसतील, तर मेरी ॲलिसकडे त्या असतील याचा मला आनंद आहे.

मेरी ॲलीसच्या वाढदिवसाची मेजवानी

मेलिसा वार्डचा जीवनाकडे बघण्याचा दृष्टिकोन १२ सप्टेंबर, १९५९ रोजी पूर्णपणे बदलला, अर्थात चांगल्या हेतूने. त्या दिवशी शेतकरी असलेल्या मेरी ॲलिसच्या वाढदिवसाची मेजवानी होती. मेरी ॲलिस अख्ख्या जगात मेलिसाची अगदी जवळची मैत्रीण होती. मेलिसाच्या घरापासून जवळच, रस्त्याच्या खालच्या बाजूला कोपऱ्यावर ती राहत होती. १९५९मध्ये रस्त्याच्या खालच्या बाजूच्या कोपऱ्यावर जाणे फार अवघड नव्हते. लहान मुलांना आपापल्या सायकली घेऊन शेजारच्या घरांत जाण्याची पूर्ण मुभा होती, इतकेच नव्हे तर अगदी रात्र पडेपर्यंत मुले घरी न कळवतासुद्धा शेजाऱ्यांकडे थांबू शकत असत.

खरे सांगायचे तर मुलांनी बाहेरच खेळले पाहिजे असा १९५९मधील आयांचा आग्रह असायचा. मेलिसा आणि तिचे भाऊ स्वयंपाकघरात घुटमळू लागले की, तिची आई नेहमी म्हणत असे, त्यांनी असे घरात फिरता कामा नये. ज्या-ज्या वेळी मेलिसा आत येई, त्या-त्या वेळी ती विचारत असे, 'तुला काय हवे आहे?' म्हणजे जणू जेव्हा काही तरी हवे असते, तेव्हाच ती आत येते. मेलिसालाही आईचे म्हणणे पटत असे, कारण तिला जे काही हवे असायचे ते सर्व काही बाहेर होते – मित्रमैत्रीण, सायकली आणि किल्ले. तिच्या गरजेची प्रत्येक वस्तू आतही होती, उदाहरणार्थ, जेवण आणि स्नानगृह वगैरे.

१२ सप्टेंबरचा दिवस मेलिसासाठी अगदी वेगळ्या तऱ्हेने सुरू झाला. त्या दिवशी शनिवार होता, आणि तिच्या आईने तिला घरात थांबून मेरी ॲलिसला द्यायची भेटवस्तू नीट बांधण्यासाठी मदत करायला सांगितले. मेलिसाला माहीत होते, हे काम मोठ्यांचे आहे. तरीही आपल्याला मदतीसाठी बोलावण्यात आले, यामुळे मेलिसा फुरगटून बसली, 'तू तो कागद काप आणि तुला हवा तो गोंडा त्यावर चिकटव,' असे आईने सांगितले होते.

आईने काय भेटवस्तू आणली आहे, हे मेलिसाला ठाऊक नव्हते. सात वर्षांच्या मेलिसाचा बराचसा वेळ शाळेतच जाई आणि त्यामुळे तिला आपल्या आईबरोबर शॉपिंगला जाता येत नसे, पण तिने ती वस्तू पाहिली तेव्हा ती तिच्या प्रेमातच पडली. तो गळ्याभोवती लपेटायचा छोटासा मिंक पट्टा होता, त्याबरोबर मिंकचाच मॅचिंग उबदार झगा होता. त्याच्यावरची फर सशाच्या फरप्रमाणे शुभ्र आणि मऊशार होती. या पट्ट्याची मागची बाजू पांढऱ्या, चमकदार सॅटीनने बनलेली होती, मेलिसाने तसे सॅटीन तिच्या मावशीच्या लग्नाच्या पोशाखावर पाहिले होते. त्या पट्ट्याच्या वरच्या बाजूला एक हूक आणि डोळे छानपैकी बसवण्यात आले होते,

जेणेकरून तो परिधान केल्यावर एखादे कापडच वाटावे. मेलिसाने आत्तापर्यंत पाहिलेल्यांतील ती सर्वांत सुंदर वस्तू होती! 'मी हे घातले तर मी केवढी ग्लॅमरस दिसेन,' मेलिसाच्या मनात आले.

इतर लोकांसाठी भेट द्यायला आणलेल्या वस्तूंची हाव धरायची नसते, हे तिला माहीत होते, पण तिला मोह आवरत नव्हता. 'ठीक आहे', शेवटी तिने विचार केला, 'मला जरी हे मिळाले नसले तरी मेरी ॲलिसला ते मिळेल याचा मला आनंद आहे.'

मेजवानीसाठी तयार व्हायची वेळ आली. १९५९मध्ये हे तयार होणे कमालीचे कष्टप्रद होते. मेलिसाच्या आईने तिच्यासाठी सर्वांत सुंदर ड्रेस बाहेर काढला. तो इस्त्री करण्याच्या बोर्डवर ठेवला, त्यावर काचेच्या बाटलीतून थोडे पाणी शिंपडले आणि त्यावर इस्त्री फिरवू लागली. या ड्रेसला इतकी कडक इस्त्री तिने केली की, जणू त्यावर पडलेल्या सुरकुत्या पुन्हा येणारच नाही. मेलिसाला ठाऊक होते, पार्टीला जाईपर्यंत त्यावर पुन्हा सुरकुत्या पडतील, पण एका मोठ्या समारंभाला जाताना आपली मुलगी स्वच्छ आणि व्यवस्थित आहे की नाही, हे पाहणे आईचे काम होते आणि वाढदिवसाची मेजवानी हा खूप मोठा समारंभ होता.

त्या काळातील पार्ट्या आजच्यासारख्या भव्य वगैरे नसत. त्या मेजवान्या नेहमी दुपारच्या मध्यात आयोजित केल्या जात, जेणेकरून आयांना पाहुण्यांसाठी जेवण तयार करण्याची तसदी घ्यावी लागत नसे. १९५९मध्ये पार्टीच्या वेळी स्केटिंग आणि जिम्नॅस्टिक्स तर नव्हतेच. जो मेजवानी देणार असे त्याच्या घरीच ती आयोजित केली जायची आणि मुले 'पीन द टेल ऑन द डाँकी'सारखे काहीतरी फालतू खेळ खेळायची. जिचा वाढदिवस असे, त्या मुलीसाठी 'हॅपी बर्थ डे' गीत गायले की, ती मेणबत्त्यांवर फुंकर मारत असे. नंतर केक आणि आइस्क्रीमचे वाटप होई. आपण इतके नटून-थटून का आलो आहोत, असे मेलिसाला वाटले, पण तिच्या आईने सांगितले होते की, तिथे जाऊन तुम्ही खेळणार असलात तरी खेळायच्या कपड्यांतच वाढदिवसाच्या मेजवानीला जाणे योग्य दिसत नाही.

पावणे तीन वाजता मेलिसा आणि तिची आई ॲलिसच्या घराच्या दिशेने चालू लागल्या. मेरी ॲलिसचे घर जवळ असले तरी मेलिसाला खरे तर त्यांच्या नव्या स्टेशन वॅगनमधून जाण्याची इच्छा होती. या गाडीला मागची सीट आणि खिडकी होती. नव्या गाडीतून जाणे आणि नंतर मागच्या सीटवरून बाहेर उडी मारण्याची मजा तिला अनुभवायची होती.

'आजचा दिवस खूप चांगला आहे आणि जुळ्यांनाही चालायला आवडेल,' मेलिसाची आई म्हणाली.

'ग्रेट!' मेलिसाच्या मनात आले, 'मलाच नाही तर माझ्या भावांनाही चालावे लागणार आहे.'

मेलिसाचे जुळे भाऊ तीन वर्षांचे होते आणि बरेच दंगेखोर होते. खरे तर त्यांच्यातील एक जण शांत होता आणि दुसरा नव्हता, पण ते दोघे होते, त्यामुळे एकटा शांत असला तरी दोघांचा मिळून बराच दंगा चालायचा.

"कमॉन बॉईज! मेलिसाला उशीर होतोय," मेलिसाच्या आईने दोघांना घाईघाईने दरवाजाबाहेर नेले.

मेलिसाच्या आईचे बरोबर होते – तो दिवसच सुंदर होता. मेलिसाला पानगळीचा शीतल गंध खूप आवडला होता. वाऱ्याच्या झुळकेने तिच्या खांद्यावरचे केस छान उडू लागले होते. तिने आपल्या भावांचे हात पकडले होते आणि आपण जशी उडी मारतो तशी त्यांनी मारावी, अशी सूचनाही तिने त्यांना दिली.

बरोबर तीन वाजता, ते मेरी ॲलिसच्या घरी पोहोचले आणि त्यांनी डोअरबेल वाजवली. मेरी ॲलिसनेच दरवाजा उघडला. तिने शुभ्र रंगाचा, ठिपक्या ठिपक्यांचा सुंदर पार्टी ड्रेस घातला होता. पांढऱ्या, सॅटीन बोमधून तिचे केस तिच्या डोळ्यांच्या जरा वर आले होते. तिच्या डोक्यांवर ते केस अगदी 'परफेक्ट' बसले होते.

"ये," मेरी ॲलिस म्हणाली, "माझ्या मित्रांशी तुझी ओळख करून देते."

तिचे मित्र? मला माहीत नाहीत असे तिचे मित्र कसे असू शकतात? ते कुठून आले? अनोळखी लोकांनी ती खोली भरलेली पाहून मेलिसाला विश्वासघात झाल्यासारखे वाटले.

"हे सगळे माझे संडे स्कूलमधील मित्र आहेत," मेरी ॲलिसने सांगितले. मेलिसाने संडे स्कूलबद्दल ऐकले होते, पण ती तिथे कधी गेली नव्हती. रविवार खूप खास असतात, हे तिला माहीत होते, कारण बऱ्याचदा तिचे डॅडी पॅनकेक तयार करत आणि ते सर्व जण घरात बसूनच त्यांचा नवा टीव्ही पाहात. आठवड्यात सुट्टीच्या दिवशीही शाळेत जाण्याच्या कल्पनेबाबत मेलिसाच्या मनात शंका होती.

मेलिसाने पार्टीत खूप धमाल केली आणि ॲलिसचे मित्र तिला आवडले. सगळे जण तिच्याशी खूप छान वागले. मेरी ॲलिसला मिंकचा गळपट्टा आवडला. तिच्या आणखी एका मित्राने तिला 'प्ले हायहिल्स' दिले होते. ते बूट आणि मिंक घातल्यावर ती चांगलीच ग्लॅमरस दिसू लागली होती.

पार्टी संपत आली तशी मेलिसाने धीर करून विचारले, "तू संडे स्कूलमध्ये का जातेस?"

मेरी ॲलिस म्हणाली, "नव्या मित्रांना भेटायला आणि येशू ख्रिस्ताबद्दल जाणून

घ्यायला मी तिथे जाते.''

नव्या मित्रांना भेटण्यात किती मजा येत असेल, याची कल्पना मेलिसाला आली. पण तिच्या मनात आणखी एक प्रश्न होता, 'येशू ख्रिस्त कोण आहे?' तिला जाणून घ्यायचे होते.

सात वर्षांच्या मुलीची जी बुद्धी असते, त्यावर अवलंबून मेरी ॲलिस सहजपणे म्हणाली, ''त्याने आपल्या सगळ्यांना निर्माण केले आहे आणि तो आपल्याकडे लक्ष देतो आणि आपल्यावर काही झाले तरी प्रेम करतो.''

मेलिसाची आई तिला न्यायला बरोबर पाच वाजता आली. जुळ्यांना तिने मेलिसाच्या डॅडीजवळ सोडले होते, त्यामुळे घरी दोघीच चालत येत होत्या. तो दिवस आपला 'भाग्याचा' दिवस आहे, असेच मेलिसाला वाटत होते.

झाडाची पाने गळू लागली आणि तापमान आणखी थंड झाले तेव्हा मेलिसा आणि तिची आई घाईघाईने घराकडे चालू लागल्या. मेलिसाच्या आईने तिला पार्टीबद्दलचे सगळे नेहमीचे प्रश्न विचारले, 'पार्टी कशी झाली, केक कसा होता? मेरी ॲलिसला तिला दिलेली भेटवस्तू आवडली का? कोण-कोण आले होते,' वगैरे. त्यानंतर तिने अतिशय वेगळा प्रश्न विचारला, ''तुला या जगात काही हवे असेल तर तू काय मागशील?''

मेलिसा आश्चर्याने थिजूनच गेली. या संपूर्ण जगात आपल्याला काही हवे असल्यास काय मागायचे हे तिने कधी ठरवलेच नव्हते. तिची आई हा प्रश्न विचारतेय यावर तिचा विश्वासच बसेना. याचा अर्थ मला जे काही हवे आहे, ते ती मला देणार आहे?

मेलिसाच्या मनात विचारांचा कल्लोळ उठला. तिला तो गळपट्टा खरंच आवडला होता. मेरी ॲलिसने तो उघडला तेव्हा तिला रडू फुटायचे बाकी होते. तो खूप सुंदर होता, पण तिच्या सात वर्षांच्या मनात काहीतरी वेगळेच ठसठसत होते आणि शेवटी तिने ते बोलून दाखवले, ''मॉम, मेरी ॲलिस जाते तसे आपणही चर्चमध्ये जाऊ या.''

हे बोलल्यावर, आपण हे बोलू शकलो हेच तिला खरे वाटेना. तिची आई एकदम गप्प झाली, जणू कधी बोलणारच नाही अशी आणि ''नंतर बघू या'' असे कसेबसे म्हणाली, पण पुढच्याच रविवारी मेलिसा आणि तिचे सगळे कुटुंब मेरी ॲलिस आणि तिच्या कुटुंबाशेजारी चर्चमधील बाकांवर बसले होते.

वाढदिवसाची मेजवानी, विशेष इच्छा आणि सात वर्षांच्या मुलीने आपल्या कुटुंबाचा मार्गच बदलणे, याचा विचार कुणी केला होता?

अर्थातच परमेश्वराने!

६. मुलीची डायरी

माझ्या प्रिय मुली,

तुला माझे मूल असे संबोधून,

मी माझ्या प्रेमाचा तुझ्यावर भरभरून वर्षाव केला आहे.

इतका की, तुझ्या मनात तो विचार येण्यापूर्वीच,

तू करत असलेला प्रत्येक विचार मी जाणतो.

नाकारले जाण्याच्या भीतीने,

तू लपवण्याचा प्रयत्न करत असलेली गुपितेही,

मला ठाऊक आहेत.

पण काळजी करू नकोस,

तुझ्या भूतकाळात, वर्तमानकाळात किंवा भविष्यकाळात असे काहीही नाही,

जे मला तुझ्यावर प्रेम करण्यापासून थांबवू शकेल.

तुझ्यावर नेहमीच प्रेम करतो, हे विसरू नकोस
आणि तुझ्याबद्दल मी चांगले विचार करतोय
तू कुठेही जा, मी नेहमीच तुझ्याबरोबर असेन
माझी एकनिष्ठता सगळ्या पिढ्यांबरोबर आहे.

प्रेमपूर्वक,
परमेश्वर

(१ जॉन ३:१, स्तोत्र संहिता १३९:१-१८, रोमन्स ८:३८-३९, स्तोत्र संहिता ११९:९०)

वेबस्टरच्या डिक्शनरीत 'डायरी' या शब्दाचा अर्थ 'दैनंदिन नोंद' असा दिला आहे, पण डायरी त्याहीपेक्षा अधिक काहीतरी असते, हे प्रत्येक मुलीला माहीत असते. दैनंदिन नोंद ही नियोजनाचे पुस्तक किंवा दिनदर्शिका किंवा आणखी काही असू शकत – 'डायरी' नाही.

'डायरी' ही मधाळ स्वप्नांनी, उत्तेजित भेटी आणि मनाला मोहवणाऱ्या संभाषणांनी भरलेली असते, पण ते कुणी ऐकायचे नसते. लहान भावा-बहिणींपासून लपवून ठेवावी, अशी किल्ली डायरीत असते. दैनंदिन नोंद, अशी डायरीची व्याख्या करताना वेबस्टरच्या मनात नेमके काय होते? त्याच्याकडे त्याची स्वत:ची डायरी खचितच नसणार!

तुम्हाला माहित्येय? तुमच्या आयुष्याविषयी तुम्ही एकही शब्द लिहिला नाहीत तरी त्याची नोंद होत असते? तुमचे मॉम आणि डॅड तुमच्या सहलीपासून ते विवाहापर्यंतच्या सर्व घटनांची मनात नोंद ठेवून असतात. तुम्ही जितक्या स्वत:ला जाणता, तितकेच तुम्हाला कुणीतरी जाणते, ही जाणीव काहीशी अस्वस्थ करणारी आहे, पण त्याचबरोबर त्यामुळे मनाला बरेही वाटते.

आपली इतरांना चांगली ओळख असणे आणि तुम्ही जशा आहात – तुमच्यातील गुणदोषांसकट – तशा तुमच्यावर कुणी प्रेम करतेय, ही भावना मनाला सुखावते, पण तुमच्या आयुष्यात अशा काही घटना घडल्या असतील, ज्या तुमच्या पालकांना माहीत नसतील. तुमच्याशिवाय सगळे काही माहीत असलेला आणखी एक म्हणजे 'परमेश्वर.' वास्तविक तुम्ही जन्माला यायच्या आधीच त्याने तुमच्या डायरीत लिहून ठेवले आहे आणि आपल्या हृदयाजवळ ठेवलेल्या इवल्याशा किल्लीने ती डायरी तो नेहमी उघडतो आणि तुमच्या आयुष्याचे प्रत्येक प्रकरण लिहू लागतो.

परमेश्वराने तुझा चित्रपट पाहिला आहे –
तुझ्या जीवनाची संपूर्ण कहाणी- आणि तो तुझ्यावर प्रेम करतो.

– शेइला वॉल्श

ज्या जेटमध्ये ती बसली होती,
ते तिचे आयुष्यभराचे स्वप्न साकारणारे वाहन होते,
आणि परमेश्वर अजूनही अशक्य गोष्टी शक्य करू शकतो,
याची खात्री पटवणारे होते.

रशियाला प्रेमपूर्वक

जेनिसने विमानाच्या खिडकीतून बाहेर पाहिले आणि तिला तेजस्वी, निळेशार आकाश आणि गुबगुबीत, पांढरे ढग दिसले. किती साधा तरीही भव्य आणि शांत असा संगम होता तो! मानवासाठी परमेश्वराने जे योजले असेल त्यात विमाने कुठे असतील? जेनीसच्या मनात आले. प्रवासासाठी आपल्या पूर्वजांच्या मनात त्याने हा विचार घातला की, आपल्या महानतेची प्रचिती दिली?

जेनिसचे कोणत्याही उत्तराने समाधान झाले असते. ज्या जेटमधून ती प्रवास करत होती, ते तिचे आयुष्यभराचे स्वप्न साकारणारे आणि परमेश्वर अजूनही अशक्य गोष्टी शक्य करून दाखवू शकतो, याची खात्री करून देणारे वाहन होते.

जेनिसने तिची आई पॉटकडे पाहिले. ती हातात पुस्तक घेऊन वाचायच्या तयारीत होती. तिची आई वाचनाची भोक्ती होती. ती सतत काही ना काही वाचत असे. जेव्हा वाचत नसे, तेव्हाही कॅसेटवर दुसऱ्या कुणीतरी वाचत असलेले ऐकत असे, साहजिकच पॉटला छोट्या-छोट्या गोष्टींचीही चांगली माहिती होती. जेनिस नेहमी तिची चेष्टा करायची की, 'जिओपॉरडी' नावाच्या गेम शोमध्ये ती चांगली स्पर्धक म्हणून शोभेल.

'पॅट रॉबिन्सन, रोस्तोव-ऑन-डॉन' गेम शोच्या सूत्रसंचालकाची नक्कल करत जेनिस तिच्या आईला म्हणाली.

पॅट हसून म्हणाली, 'जगातील सर्वांत सुंदर मुलगी जिथे आपल्या आईची वाट पाहत आहे, असे शहर कोणते?'

'चांगले उत्तर आहे,' जेनिस म्हणाली.

ते सर्वोत्कृष्ट उत्तर होते. जेनिस तिच्या दत्तक मुलीला आणायला निघाली होती आणि खूप आनंदात होती. हा दिवस कधी ना कधी येणार याची तिला खात्री होती. फक्त यासाठी आपल्याला अर्ध्या जगाची सफर करावी लागणार हे तिला माहीत नव्हते.

जेनिस चौदा वर्षांची होती, तेव्हा तिच्या त्रासाला सुरुवात झाली. तिच्या पोटात इतके पिळवटून यायचे की, तिला दर महिन्याला तीन दिवस शाळा चुकवावी लागायची. तिच्या डॉक्टरांनी शेवटी यावर 'हिस्टरेक्टॉमी'शिवाय (गर्भाशय काढून

टाकणे) पर्याय नसल्याचे सांगितले. पॉट आणि तिच्या पतीने त्यांच्या लेकीसाठी सारे बळ एकवटले, पण भविष्यात आपल्याला नातवंडे मिळणार नाहीत, ही रितेपणाची जाणीव त्यांच्या मनाला यातना देतच होती.

वर्षे उलटली. आपल्या नशिबाने जे दिले ते दुःख कुरवाळत जेनिस बसली नाही. तिच्या इतर मित्रमैत्रिणींप्रमाणेच तिने हायस्कूलमधील जीवन आनंदात घालवले, फॅशन ट्रेंडस, बॉयफ्रेंड्स हे त्यांच्या किरकोळ पार्ट्यांमध्ये चघळले जाणारे विषय असत. रात्री उशिरा आईबरोबर बोलत असताना मात्र जेनिस आपली भीती तिला बोलून दाखवत असे. आपण ज्याच्याबरोबर लग्न करू, त्याला आपल्याला कधीही मूल होणार नाही, हे कसे सांगायचे, हा प्रश्न तिला सतावत असे. पॅट तिच्या मुलीभोवती हातांचा विळखा घालत तिला अब्राहम आणि इसाहकची कथा आठवायला सांगत असे. इसाहकने त्याच्या वडिलांना बळी गेलेल्या मेंढीबद्दल विचारले होते.

'लाकूड आणि आग तर येथे आहे, पण मेंढी कुठे आहे?' इसाहकने विचारले.

'परमेश्वर ती व्यवस्था करेल,' अब्राहमने आपल्या मुलाला वचन दिले.

'परमेश्वर तुझ्यासाठीही व्यवस्था करेल,' पॅट आपल्या मुलीला सांगत राही. अब्राहम आणि इसाहकच्या कथेचा शेवट काय झाला ते जेनिसला माहीत होते. अनेक वेळा तिने ती कथा वाचली होती, पण तिची कथा कुठेही लिहिलेली नव्हती. तिची परमेश्वरावर गाढश्रद्धा होती, तरीही त्या किशोरवयात तिला राहून-राहून वाटत असे, आपल्या जीवनाची कथा कशी लिहिली जाईल....?

जेनिसच्या आईचे म्हणणे खरे ठरले. जेनिसने तीन वर्षांपूर्वी एका चांगल्या पुरुषाबरोबर विवाह केला. जेनिस विद्यापीठात दुसऱ्या वर्षात शिकत असताना त्यांचे प्रियाराधन सुरू झाले आणि ती ज्युनिअर इयरमध्ये असताना त्याने तिला लग्नाची मागणी घातली. रँडी मोठ्या कुटुंबातील मुलगा होता आणि जेनिसने एके रात्री सारे धैर्य एकवटून भविष्यात काय वाढून ठेवले आहे, हे त्याला सांगण्याचे धाडस केले.

"आपण दत्तक घेऊ," तो लगेच म्हणाला.

त्या वेळी जेनिसला वाटले ज्याच्याबरोबर आपण सारे आयुष्य व्यतीत करू शकू, असा हाच माणूस आहे. कॉलेजमधून पदवी घेतल्यावर त्यांचा विवाह समारंभ थाटात पार पडला.

लग्नाच्या पहिल्या वाढदिवशी, आता चांगल्या दत्तक संस्थेशी संपर्क

साधण्याची वेळ आली आहे, याची जाणीव जेनिसला झाली. रँडीलाही ते पटले आणि इंटरनेटपासून सुरुवात करावी, असे त्यानेच सुचवले. सर्व काही खूप सोपे वाटत होते. परमेश्वराने सारे जग आवाक्यात असण्याच्या जमान्यात आपल्याला पाठवले म्हणून त्यांनी त्याचे आभार मानले. आंतरराष्ट्रीय दत्तक विधान जलद गतीने होते, हे स्पष्ट झाल्यावर त्यांनी न्यू जर्सीतील एका दत्तक संस्थेशी संपर्क साधला.

सर्व काही भराभर झाले आणि आता पुढची गोष्ट होती, ती रँडी आणि जेनिसने मॉस्कोला जाण्यासाठी निघण्याची. ते मॉस्कोत पोहोचले. तेथून पुढे त्यांना 'रोस्तोव-ऑन-डॉन' येथे जायचे होते. तेथेच त्यांना त्यांची मुलगी भेटणार होती.

इथे आल्यापासून त्यांची गाठ सोनेरी केसांच्या लोकांशी पडत होती, सोनेरी केसांची व्यवस्थापक, सोनेरी केसांचा टॅक्सीचालक आणि आता सोनेरी केसांचा संचालक यांना भेटल्यावर रँडी जेनिसच्या कानात कुजबुजला, ''तीही सोनेरी केसांची असेल असे नाही वाटत तुला?''

जेनिसने कुजबुजत उत्तर दिले, ''मला तिच्या केसांच्या रंगाशी काही देणे घेणे नाही. मला फक्त तिला घरी घेऊन जायचे आहे.''

तिसऱ्या क्रमांकाच्या अनाथाश्रमात त्यांना नेण्यात आले. तेथील संचालकाकडे पाहून त्यांनी स्मितहास्य केले. हा एक चांगला अनाथाश्रम आहे, असे त्यांना सांगण्यात आले होते, पण जेनिसला त्याची खात्री नव्हती. आपल्याला काही तरी भयंकर पाहायला मिळेल असे तिला वाटत होते, पण या अनाथाश्रमातील व्यवस्था पाहून ती चकित झाली. एका भिंतीच्या बाजूला पंधरा लहान मुलांचे पलंग व्यवस्थित लावण्यात आले होते. ज्या स्त्रिया त्यांची देखभाल करण्यासाठी होत्या, त्या अतिशय प्रेमाने मुलांची काळजी घेत होत्या. मुलेही आनंदी दिसत होती, त्यांचे जेवणखाणही व्यवस्थित होते.

त्यानंतर त्यांना संचालकाच्या कार्यालयात नेण्यात आले. तेथे त्यांची चर्चा आकाराला यावी म्हणून एक दुभाष्या बसला होता. तेथे गेल्यागेल्याच एक महिला सोनेरी केसांच्या, निळ्या डोळ्यांच्या छोट्याशा मुलीला घेऊन तेथे आली.

''ही तुमच्या कुटुंबात अगदी व्यवस्थित सामावून जाईल,'' दुभाष्याने जेनिस आणि रँडीला सांगितले.

रँडी आणि जेनिस तिच्याकडे फक्त पाहत होते. त्यांना हलायचीही भीती वाटत

होती. आपण हललो तर ती अदृश्य होईल, अशी भीती त्यांना वाटत होती.

"तुम्ही तिला धरू शकता," दुभाष्याने दोघांना सांगितले.

जेनिस पुढे झाली आणि तिने तिला हळूच आपल्याकडे ओढले. हे तिचे बाळ होते. तिला पक्के ठाऊक होते. अर्थात ते बाळ जेनिसच्या नजरेला नजर देत नव्हते. ती रडतही नव्हती आणि जेनिसला अचानक आपण तिच्या खूप जवळचे आहोत, असे वाटू लागले.

आता मुलीला परत न्यायला हवे, असा इशारा करत रशियन महिला पुढे झाली. जेनिसने काहीशा नाराजीनेच मुलीला तिच्याकडे दिले, पण त्याआधी तिने तिचा पापा घेतला आणि आपण लवकरच तिला न्यायला येणार आहोत, हे तिला सांगायला जेनिस विसरली नाही. दत्तकाची कागदपत्रे पूर्ण होण्यासाठी एक आठवडाभर तरी राहावे लागेल, असे दुभाष्याने त्यांना सांगितले. संपूर्ण आठवडाभरात ते मुलीला रोज फक्त एक तास भेटू शकतात, असेही त्याने सांगितले. रँडी आणि जेनिसने एकमेकांकडे अविश्वासाने पाहिले, पण आपण परकीय भूमीवर आहोत आणि त्यांच्या नियमानुसारच आपल्याला वागावे लागणार हे ते जाणून होते.

संपूर्ण आठवडा पेपरवर्क आणि वेगवेगळी ठिकाणे पाहण्यात गेला आणि परतण्याचा दिवस जसा जवळ आला, तसे त्यांनी आपल्या घरी ते नेमके केव्हा परतणार आहेत, ते सांगून टाकले. पण त्यांच्या परतण्याच्या आदल्या दिवशी त्यांना सांगण्यात आले की, त्यांची मुलगी न्यायला त्यांना पुन्हा एकदा यावे लागेल, कारण या संदर्भातील कागदपत्रांची पूर्तता होण्यास आणखी दोन महिने लागणार होते. अश्रूभरल्या डोळ्यांनी दोघे विमानात चढले. त्यांची मुलगी त्यांच्याबरोबर नव्हती, पण ती त्यांच्या हृदयात होती. आपण परत यायचेच हे त्यांनी मनात पक्के ठरवले होते.

आता जेनिस पुन्हा रशियाला चालली होती. रँडीला त्याच्या कामातून सवड नव्हती, म्हणून मग जेनिसने पॅटला आपल्याबरोबर येण्याची विनंती केली. जेव्हा जेनिसचे आई होण्याचे स्वप्न हिरावले गेले होते, तेव्हा पॅट एक आई म्हणून आपल्या मुलीबरोबर होती आणि आता ते स्वप्न पूर्ण होत असतानाही ती आपल्या मुलीबरोबर होती.

पॅटचे म्हणणे बरोबरच होते – 'परमेश्वर व्यवस्था करेल....'

७. मुलीची समर्पित भावना

माझ्या लाडक्या मुली,
त्रास आणि हृदयातील वेदना
हे पृथ्वीवरील जीवनाला
चालना देणारे घटक आहेत.

प‍ण खात्री बाळग
मी तुला सोडणार नाही
किंवा टाकून जाणार नाही –
तू कोणत्याही परिस्थितीत असलीस तरी

मी स्वतः तुझ्या पुढे जाईन
आणि तुझ्याबरोबर असेन,
मी तुझा मदतनीस आहे,
श्रेष्ठत्वातील माझ्या अमर्याद दौलतीनुसार
तुझ्या सर्व गरजा प्रामाणिकपणे पूर्ण करण्यासाठी
तू माझ्यावर विश्वास टाकू शकतेस.

**समर्पितपणे,
तुझा सर्वोत्कृष्ट परमेश्वर**

(जॉन १६: ३३, हिब्रूज १३:५-६,जुना करार ३१:८, फिलिपियन्स ४:१९)

एक मुलगी म्हणून तुमचे कर्तव्य काय असते? तुमच्या जबाबदाऱ्या काय असतात? जेवणानंतर तुम्ही भांडी घासता? कपडे धुण्याची जबाबदारी तुमची आहे? बाथरूम स्वच्छ करणे हा तुमच्या कामाचा भाग आहे? तुम्ही जेव्हा पाच किंवा सहा वर्षांच्या असाल तेव्हा कदाचित तुमच्याकडे मदत व्हावी म्हणून घरातील एखाद-दुसरे काम सोपवले गेलेही असेल आणि डिशवॉशरमध्ये प्रत्येक डिश घालताना आणि प्रत्येक टॉवेलची घडी घालताना मदत करणे, याचा अर्थ तुम्ही कदाचित शिकला असाल.

त्या आठवणी कदाचित तुम्हाला आवडणाऱ्या नसतील, तरीही तुमच्या पालकांनी तुमच्यासाठी त्याग केला आहे आणि त्याची परतफेड आपण करायला हवी, याची जाणीव तुम्हाला आहे. ते जितके तुमच्याशी समर्पितपणे वागले, तेवढीच समर्पणाची भावना तुमचीही त्यांच्याप्रति आहे.

तुमचे वय वाढते, तसे तुमच्या कामाचे स्वरूप बदलते. आता तुम्हाला त्यांची ताटे घासावी लागत नाहीत, कारण तुम्हाला तुमची स्वत:ची भांडी धुवावी लागतात. आता त्यांचे कपडे धुवावे लागत नाहीत, कारण तुम्हाला तुमचे स्वत:चे कपडे धुवावे लागतात, पण तुमची त्यांच्याप्रति असलेली समर्पणाची आणि प्रेमाची भावना तुम्हाला दर आठवड्याच्या शेवटच्या दिवशी त्यांच्याकडे खेचून आणते. तुम्ही त्यांना रात्रीच्या जेवणासाठी बाहेर घेऊन जाता किंवा तुमच्या आईला घेऊन ब्यूटी शॉपमध्ये जाता. कदाचित तुम्ही त्यांचे घर रंगवून देता किंवा त्यांच्यासाठी पॅन्सीच्या फुलांची रोपे लावून देता.

मग एक दिवस तुम्हाला त्यांची अशी काळजी घ्यावी लागते, जशी त्यांनी तुमची काळजी घेतली होती. एखाद्या नवजात अर्भकाची जशी काळजी घेतली जाईल, तशी तुमच्या एखाद्या पालकाची काळजी घेण्याची गरज निर्माण होऊ शकते आणि जे काही करणे आवश्यक असेल ते करण्यासाठी तुम्ही सज्ज असाल. तुम्ही हे सर्व कराल, कारण तुम्ही एक समर्पित मुलगी आहात आणि परमेश्वराचे लाडके मूल आहात, त्याने कधी तुम्हाला सोडले नाही आणि सोडणारही नाही.

एक मूल म्हणून येशू ख्रिस्ताने किती विलक्षण उदाहरण घालून दिले आहे! त्याच्या आज्ञाधारक हृदयाने त्याला त्याचे घर आणि त्याच्या पित्याला सोडण्यास भाग पाडले आणि तो आपल्याला मुक्ती देण्यासाठी बाहेर पडला. जर तो हे त्याच्या पित्यासाठी करू शकतो, तर तुम्ही तुमच्या पित्यासाठी काय कराल?

माझ्यासाठी काय उत्तम आहे, हे फक्त परमेश्वराला माहीत आहे. या जगात मी कुठे योग्य असेन. आणि माझी स्वप्ने – जी त्याने माझ्यासाठी पाहिलेल्या स्वप्नांच्या ओळीत आणावीत म्हणून मी त्याच्यावर श्रद्धा ठेवते.

– हीदर व्हाईटस्टोन

*त्यां*च्यातील आई-मुलगी हा

त्यांच्या नातेसंबंधांचा भाग

फार वर्षांपूर्वीच सुरक्षित झाला होता.

पण चहाच्या वेळेने मात्र –

त्यांच्या मैत्रीवर शिक्कामोर्तब केले.

चहा, कोण घेणार?

'अनाथ म्हणून जगताना तुम्ही कशी तयारी करता? आई-वडिलांशिवाय कसे जगायचे हे शिकवणारे एखादे पुस्तक आहे का? असले तरी ते मध्यमवयीन प्रौढांसाठी असेल, असे वाटत नाही.' आपल्या आईच्या उशा फुगवताना आणि तिच्या रोजच्या औषधांनी भरलेला नाइटस्टँड सरळ करताना मार्शाच्या मनात हे विचार उसळले होते – 'ठीक आहे, कदाचित मीच ते पुस्तक लिहीन. बघू या... शीर्षक तर तयार आहे... मागे सोडलेले... अरे, हे तर आधीच वापरण्यात आले आहे, तू म्हणतेस तर ठीक आहे... मी विचार करत राहीन... कदाचित विचार करणे थांबवण्याची मला गरज आहे! मी आता माझी मलाच उत्तरे देऊ लागले आहे! मार्शाला काळजी वाटू लागली आणि एके दिवशी आपण मागे सोडले गेले आहोत – ही भावना तिला गिळू लागली.

तिचे वडील दहा वर्षांपूर्वी अचानक हृदयविकाराचा झटका आल्याने मरण पावले. मार्शा पूर्णतः उद्ध्वस्त झाली, पण काळाने तिच्या हृदयावर फुंकर घातली आणि तिच्या स्वतःच्या कुटुंबात ती इतकी व्यस्त झाली की, त्यामुळे तिच्या अपेक्षेपेक्षाही लवकर ती त्या दुःखातून सावरली, पण गेल्या दहा वर्षांत परिस्थिती खूप बदलली होती. आता तिची मुले मोठी झाली होती. त्यातील दोघांची लग्ने होऊन त्यांना मुलेही झाली होती. तिसरा मुलगा तिच्या घरापासून पाच तासांच्या अंतरावर राहत होता. आपल्या चारही नातवंडांच्या सहवासात तिला कमालीचा आनंद मिळत असे, पण आता नातवंडेही शाळेत जाऊ लागली होती आणि तिने त्यांच्याकडे जातीने लक्ष द्यावे, अशी स्थिती नव्हती.

तिचा पती रॉबर्ट अजूनही आपल्या रिअल इस्टेटच्या व्यवसायात गुंतलेला होता. गेल्या दहा वर्षांत त्याच्या कंपनीचा विस्तार इतक्या झपाट्याने झाला की, त्याला जास्तीतजास्त वेळ ऑफिसमध्ये द्यावा लागत होता, अर्थात मार्शाची याबद्दल कसलीच तक्रार नव्हती, उलट तो आपल्या दोघांच्या भविष्यासाठी कष्ट करतो आहे, याची जाणीव तिला होती. फक्त त्याने आपला वेग जरा कमी करावा, असे तिला वाटत होते. गेल्याच आठवड्याच्या शेवटी शनिवारी सकाळी दोघे गप्प मारत होते. तेव्हा तो म्हणाला होता, 'आणखी दहा वर्षे अशीच धावपळीत जातील.'

मार्शाने इतक्या वर्षांत आयुष्याचे विश्लेषण अनेक वेळा केले होते आणि

प्रत्येक जण बहुतेक दहा वर्षांच्या चक्रात जगत असतो, असा निष्कर्षही काढला होता. दहा वर्षांचा कालखंड कोणत्याही गोष्टी बदलण्यास पुरेसा असतो. या कालावधीत नव्या घराचे रूपांतर दुरुस्तीची गरज असलेल्या घरात होऊ शकते. मोडकळीला आलेला एखादा संसार दहा वर्षांत चांगलाच सावरू शकतो किंवा व्यवस्थित चाललेला संसार मोडू शकतो. मुलाच्या भविष्याला आकार देण्यासाठी किंवा संपूर्ण देशाच्या भविष्याला आकार देण्यासाठी दहा वर्षांचा कालावधी पुरेसा ठरतो. पंचेचाळीस वर्षांहून पंचावन्नाव्या वर्षांकडे वाटचाल केलेल्या मार्शाचे आयुष्य नक्कीच बदलले होते.

गेल्या वर्षीपासून ती तिच्या आईची अतिशय हळुवारपणे काळजी घेत होती. अठरा महिन्यांपूर्वी तिला कर्करोग झाल्याचे निदान झाले होते. सुरुवातीला डॉक्टरांना थोडी आशा वाटत होती, पण आता – केमोथेरपी आणि रेडीएशननंतरही – कर्करोग आटोक्यात येताना दिसत नव्हता.

प्रथम मार्शाने हे सर्व स्वीकारायलाच नकार दिला. डॉक्टरांनाच तिने चुकीचे ठरवले. सगळ्या चाचण्या चुकीच्या ठरवल्या. सगळे जण चुकीचे आहेत, असेच तिच्या मनाने घेतले. मॉम ठणठणीत बरी होईल. मार्शाने सगळे काही जसेच्या तसे आहे, हे दाखवण्याचा खूप आटापिटा केला. मॉम तिच्या छोट्या घरातच राहील, असा तिचा आग्रह होता. तेथे तिचे मित्रमैत्रिणी आणि बाग होती. आणि मार्शा तिची देखभाल करण्यासाठी रोज तिथे जात असे, पण नंतर स्वाभाविकपणे वास्तव आपले रूप दाखवू लागले आणि मार्शाने तिच्या स्वत:च्या डोळ्यांनी चाचण्या काय सांगू पाहत आहेत ते पाहिले. तिची मॉम बरी नव्हती. ती खूप आजारी होती. आयुष्य पूर्वीसारखे राहिले नव्हते.

एकदा मार्शाने कर्करोगाबद्दलचे सत्य स्वीकारल्यावर, आपल्याला राग का येतो, याचे तिला आश्चर्य वाटू लागले. वैद्यकीय व्यवसाय ही समस्या का सोडवू शकत नाही, हे समजणे कठीण होते. काही वेळा तर तिने आपल्या आईलाही दोषी ठरवले. पण त्याचेही कारण होते, ते म्हणजे तिला येणाऱ्या प्रत्येक समस्येवर आईकडे तोडगा होता. सर्व काही ठीक करणे हे आयांचे कामच असते – पण ही बाब काही तिला ठीक करता येण्याजोगी नव्हती आणि मार्शाला याचेच वैषम्य वाटत होते, अर्थात ही भावना फार काळ टिकली नाही आणि मार्शाने आपल्याला संपूर्णत: आईच्या सेवेत वाहून घेतले. तिने तिच्या आईला 'आपल्या घरातील पाहुण्यांच्या खोलीत राहायला येणार का?' म्हणून विचारले. ती तयार झाली. डॉक्टरांनी सांगितले होते की, तिची आई फार-फार तर आणखी सहा महिने जगेल,

पण आता ती त्यांच्याबरोबर जवळ-जवळ वर्षभर होती.

हा अधिक वेळ मिळणे म्हणजे विजयच आहे नाही? मार्शाने हा प्रश्न सहजच विचारला, कुणाला असा नाही. एक जादा वर्ष! होय, हा विजयच आहे.

पण मग तो विजय असल्याचे वाटत का नाही?

''मार्शा?'' बेट्टीने हाक मारली.

''काय मॉम, मी इथेच आहे, तुला काय हवे आहे?''

''मार्शा, तुला वेळ असेल तेव्हा मला जरा गरम चहा करून दे.''

''लगेच घेऊन येते,'' मार्शाने वॅफल हाउसमधल्या वेट्रेसची नक्कल करण्याचा प्रयत्न करत म्हटले.

गेल्या दहा वर्षांपासून हाच रिवाज दोघींचा चालू आहे. मार्शा शिक्षकी पेशातून निवृत्त झाल्यानंतर तिच्या लक्षात आले की, रोज घराबाहेर पडणे हे तिच्या इतके अंगवळणी पडले होते की, ती आठवड्यातून तीन दिवस सकाळी आईकडे जात असे. अर्थात असेही अनेक आठवडे होते, जेव्हा मार्शाला तिच्या वेळापत्रकात आठवड्यातून तीन दिवस सकाळी आईसाठी वेळ देणे अशक्य होते. आणि अशाही अनेक सकाळच्या वेळा निघून गेल्या होत्या की, एक तासाच्या ऐवजी तिने पंधरा मिनिटांत आईशी बोलणे आटोपते घेतले. सर्वांत महत्त्वाचे म्हणजे आईकडे जाताना 'कर्तव्य' म्हणून जात असल्याची भावना मार्शाच्या मनात नव्हती, तर तिच्या आईला म्हणजे मैत्रिणीला भेटण्याचा आनंद त्यात होता.

मार्शाने विचार केला, हे शब्द एकत्रितपणे किती विचित्र वाटतात. 'माझी आई, माझी मैत्रीण.' मार्शा किशोरवयीन असताना एकदा तिच्या आईने तिला पार्टीला जाण्याची परवानगी नाकारली होती. तेव्हा तिने आईबरोबर वाद घातला होता, त्याची आठवण मार्शाला झाली. मार्शा तिला विनवत होती की, तिने थोडे मोकळे व्हावे आणि तिला आणखी पार्ट्यांना जाण्याची परवानगी द्यावी. बेट्टीने तिला सांगितले की, तिची आई होणे हे तिचे पाहिले काम आहे. ती म्हणाली की, तिचे दोन पाय दोन पेट्यांत आहेत. एका पेटीत आहे 'आई 'आणि दुसऱ्या पेटीत आहे 'मैत्रीण'. बेटीने पुढे सांगितले, माझे पाय मी दोन्ही पेट्यांत ठेवते, पण काही वेळा, मला दोन्ही पाय 'आई' पेटीत ठेवावे लागतात आणि मी तुला खात्रीने सांगते, जोपर्यंत तू मोठी होत नाहीस तोपर्यंत माझे दोन्ही पाय मी 'मैत्रीण' पेटीत ठेवणार नाही.

आईचे शब्द आठवल्यावर तिने मान हलवली आणि आपणही आईच्याच

पावलावर पाऊल ठेवून मुलांचे संगोपन केले हेही तिला आठवले.

मार्शाने भांड्यात पाणी ओतले, तशी गेली दहा वर्षे आपल्यासाठी किती महत्त्वाची होती, याची जाणीव तिला झाली. आई-लेक हा त्यांच्या नातेसंबंधातील भाग अनेक वर्षांपूर्वीच सुरक्षित झाला होता, पण आता या चहापानामुळे त्यांच्या मैत्रीवर शिक्कामोर्तब झाले होते. मार्शाचे मन अनेक रेसिपीज आणि हेअरस्टाइल्सबाबतच्या संभाषणाभोवती रुंजी घालू लागले. जेव्हा आपली आई या जगातून जाईल तेव्हा आपल्या नातवंडांसंबंधी अव्याहतपणे कुणाबरोबर बडबड करू शकू, हा प्रश्न स्वतःलाच विचारल्याशिवाय तिला राहवले नाही. तिच्या भावाची ती जेव्हा प्रशंसा किंवा तक्रार करेल तेव्हा ती समजून घेणारे कुणी नसेल याची तिला खात्रीच होती.

काही गोष्टींविषयी लेकीला काय वाटते, हे केवळ आईच समजू शकते. तिची जागा कुणीच घेऊ शकत नाही. चहा करून तो पांढऱ्या चायना कपात ओतताना तिने निष्कर्ष काढला. रॉबर्ट मार्शाला असे अनेक चहाचे कप देऊन आपल्या पद्धतीने चहाच्या वेळेत तिला साथ देत असे. मार्शाने त्याच्यावर विनोदही केला होता की, तो कबूल करत नसला तरी त्याच्यात बायकीपणा आहेच. त्या वेळी तो आपला मोठाच्या मोठा कॉफीचा कप उंचावून आपल्या खोल आवाजात म्हणत असे, 'थँक यू.'

आईच्या खोलीत चहाचा कप घेऊन प्रवेश करत ती म्हणाली, 'तयार आहे.' तिने पडदे बाजूला सारले आणि दिवसाचा देदीप्यमान प्रकाश आत आला. सूर्य चमकत होता आणि लुईसियानातील एप्रिल महिन्यातील उबदार वाऱ्याने खोलीतील थंडी केव्हाच पळवून लावली होती.

"मॉम, आजच्या दुपारी आपण जरा बाहेर बसू, म्हणजे तुला तसे वाटत असेल, तर." मार्शा म्हणाली

"मला आवडेल," तिच्या आईने उत्तर दिले.

मार्शाला माहीत होते की, दुपार होईपर्यंत तिच्या आईचे मन बदलणार, पण थोडेसे स्वप्नरंजन करायला काय हरकत आहे? आईच्या पलंगाशेजारी खुर्ची ओढून घेत, मार्शा काही मूल्यवान क्षणांसाठी त्यात विसावली. जगातील कोणत्याही स्त्रीने केले नसेल, इतके प्रेम ज्या स्त्रीने तिच्यावर केले, तिच्या शेजारी ती बसली होती.

आईच्या गालाचा पापा घेत ती म्हणाली, "थँक्स, मॉम, त्या दोन पेट्यांतून बाहेर न आल्याबद्दल."

स्त्री मनोगुणांचा शोध घेणाऱ्या कथा

चिकन सूप फॉर द वुमन्स सोल

जॅक कॅनफिल्ड / मार्क व्हिक्टर हॅन्सन
जेनिफर रीड हॉथॉर्न । मार्सी शिमॉफ

अनुवादलेखन व संकलन
श्यामला घारपुरे

स्त्रीची व्याख्या अनेक प्रकारांनी करता येईल.
विद्यार्थिनी, कन्या, मैत्रीण, पत्नी, आई, गृहिणी, व्यावसायी!
प्रत्येक रूप हे खास व अलौकिक असे असते. तरी त्यांतही एक असा सामान्य धागा असतो. तो प्रत्येकीच्या स्वभावात असतो.
प्रेमाचे बंध हळुवारपणे जपणारी, आजीवन मैत्री किंवा नाते निभावणारी, निवडलेल्या क्षेत्रांशी बांधिलकी घट्ट करणारी ही स्त्री! कौटुंबिक जीवनात फुलोरा फुलवणारी,
त्याचबरोबर सामाजिक जीवनही सुसह्य करणारी!
New York Times च्या Chicken Soup for the Soul ह्या मालिकेत वेगवेगळ्या शीर्षकांखाली भावभावनांचे खास मिश्रण आहे!
या पुस्तकामध्ये स्त्रीशी निगडित असलेल्या साऱ्या गुणवैशिष्ट्यांचे मार्मिक चित्रण आढळते.
स्त्रीच्या आत्म्याची मंगलता व सौंदर्य इथे प्रगट होते!
व्यावसायिक असो की गृहिणी, बालिकेपासून वृद्ध स्त्री पर्यंत सगळ्यांना हे अनुभव भावतील. ह्यातून त्यांना स्फूर्ती, आनंद मिळेल. इतकेच नव्हे; तर स्वत:चीही ओळख होऊ शकेल.
ह्या अनुभवांची सोबत दीर्घकालपर्यंत स्त्रियांना मिळू शकेल.